चित्रकथी

व्यंकटेश माडगूळकर

I0627827

मेहता पब्लिशिंग हाऊस

CHITRAKATHI
by VYANKATESH MADGULKAR

चित्रकथी / कथा
व्यंकटेश माडगूळकर

© ज्ञानदा नाईक

मराठी पुस्तक प्रकाशनाचे हक्क
मेहता पब्लिशिंग हाऊस, पुणे.

प्रकाशक
सुनील अनिल मेहता,
मेहता पब्लिशिंग हाऊस,
१९४१, सदाशिव पेठ,
माडीवाले कॉलनी, पुणे – ३०.

प्रकाशनकाल
पहिली आवृत्ती
जानेवारी, १९९७
दुसरी आवृत्ती
जानेवारी, २००४
तिसरी आवृत्ती
जानेवारी, २००९
मेहता पब्लिशिंग हाऊस यांची
चौथी आवृत्ती मे, २०१२
पुनर्मुद्रण : डिसेंबर, २०१३

अक्षरजुळणी
इफेक्ट्स, २१/६ब,
आयडिअल कॉलनी,
कोथरूड, पुणे – ३८.

मुखपृष्ठावरील रेखाचित्रे
व्यंकटेश माडगूळकर

मुखपृष्ठ रचना व मांडणी
चंद्रमोहन कुलकर्णी

मुखपृष्ठावरील लेखकाचे
छायाचित्र
शेखर गोडबोले

ISBN 978-81-8498-370-8

वर्णकैः सह यो वक्ति स चित्रकथको वरः।
गायका यत्र गायन्ति विना तालैर्मनोहरम्।।

'मानसोल्लास'

तृतीय खंड (कथाविनोद)

– सोमेश्वर

(वर्णकांच्या म्हणजे चित्रांच्या साहाय्याने जो कथा सांगतो; तो 'चित्रकथक' होय. त्याच्या कथाकथनाच्या कार्यक्रमात गायक तालावाचूनही मनोहर गातात.)

एक

जानेवारी महिन्यात या वर्षी पुण्यात कधी नव्हे इतका गारठा होता. तिसऱ्या प्रहरची वेळ असून मी काही न करता चादर पांघरूण गुडुप झोपलो होतो.

कोल्हापुरात होतो तेव्हा मी निदान भरमसाट वाचत होतो. कधीमधी मंडईत जाऊन माझ्या जाड वहीत बायाबापड्यांची, खेडुतांची, गठुळ्यांची, नारळविक्यांची, धोतऱ्या गिऱ्हाइकांची रेखाचित्रे काढत होतो. स्थानिक मासिकात, साप्ताहिकात गोष्टी लिहीत होतो.

कुठून कोण एक धाडसी गृहस्थ कोल्हापुरात आमच्या घरी आले. त्यांनी माझी लेखनकला, चित्रकला पाहिली आणि ते दादांना म्हणाले,

"अहो, या मुलाला तुम्ही इथं काय ठेवलाय? पुण्याला द्या पाठवून. त्याच्या गुणांना वाव मिळेल."

एवढ्या शब्दावर मी घरदार सोडून पुण्याला आलो होतो, आणि बेकार जीवन कंठत होतो.

खोलीचं नुसतं पुढं केलेलं दोन फळ्यांचं दार बाहेरून जोरात ढकललं गेल्यामुळे धाडकन उघडलं. आवाज झाला. मागोमाग लखलखीत प्रकाश काळोख्या खोलीत आला. डोक्यावर पांघरूण असून सुद्धा तो मला जाणवला. जागा झालो पण तोंडावरचं पांघरूण काढून कोण आहे, हे मी पाहिलं नाही. दुसरं कोण असणार? – पदू नाहीतर मुरली! त्यांचीच खोली होती. मीच पाव्हणा होतो. औंधच्या

महाराजांनी गरीब विद्यार्थ्यांसाठी बांधलेलं हे वसतिगृह होतं. माझे गाववाले विद्यार्थीच इथं राहत होते. शाळेत एका बाकावर बसल्यामुळे जिव्हाळा होता. मी भणंगासारखा काहीही उद्योग न करता राहिलो होतो. त्यांच्या नावावर 'बादशाही'त जेवत होतो. अर्ध्या कॉटवर झोपत होतो. भणंगासारखा हिंडत होतो.

पलीकडं भिंतीला लागून असलेल्या लोखंडी कॉटवर कुणीतरी बसलं आणि आवाज झाला. मुरली, पदू यांच्या बसण्याचा हा आवाज नाही, वेगळा आहे हे माझ्या ध्यानात आलं आणि तेवढ्यात दमदार मोठा आवाज उठला.

"कोण झोपलंय?"

डोक्यावरचं पांघरूण काढून मी पडल्या पडल्याच बघितलं तर दादा! मोठे बंधू.

चेहरा गंभीर, अंगात स्वच्छ परीटघडीचा खादी अंगरखा, खाली खादी धोतर. यांच्या वजनामुळे मुरल्याच्या स्प्रिंगकॉटला खाली झोळ आलेला.

गडबडीनं उठून बसलो. फार वरमलो. मला धाक, वचक, आदर, प्रेम वगैरे वाटावं, असं घरातलं हेच एकमेव माणूस.

"केव्हा आला?"

"काल!" एवढंच तुटक उत्तर आलं. आवाज असा की, माझ्या छातीत धडधडायला लागलं. कॉटखाली उतरून मी दाराबाहेर पडलो. पाच खोल्यांचे बंद दरवाजे ओलांडून व्हरांड्याखाली उडी टाकली. मागच्या बाजूला असलेल्या नळावर जाऊन थंडगार पाण्यानं तोंड, हातपाय धुतले आणि पाणी झाडत पुन्हा खोलीकडं आलो.

काय करावं हे मला कळत नव्हतं. एकूण लक्षण ठीक नव्हतं, हे दिसतच होतं. दादा पुण्याला कामासाठी आले तरी असे एकटेदुकटे कधी येत नसत. बरोबर दोघं-चौघं लोक असल्याशिवाय बाहेर पडणं त्यांच्या स्वभावात नव्हतं. आल्या-आल्या ते असं गप्प बसून राहणार नाहीत.

मी खोलीत आलो, तर भराभरा पासिंग शो सिगरेट ओढत होते. ती फरशीवर टाकून कोल्हापुरी पायताणाखाली रगडली. दाणदिशी विचारलं, "काय चाललंय काय तुझं?"

"काही नाही."

त्यांचा प्रचंड राग माझ्या वाट्याला आजवर कधी आला नसला, तरी तो माझ्या परिचयाचा होता. आपली दोन वर्षांची पोर सारखी किंचाळायची थांबेना तेव्हा दाणदाण पाय आपटत येऊन त्यांनी तिला बकोट धरून उचलून भिरकावलेली मी पाहिली होती. "काही नाही? मला येऊन सांगणारे सगळे खोटारडे? खरं सांग, त्या कमळीबरोबर हिंडतोस की नाही? हॉटेलात घेऊन बसतोस तिला, सिनेमाला घेऊन जातोस, जातोस की नाही?"

"हो."

"मूर्ख आहेस! तुझ्या मित्रानं मला सांगितलं. सुट्टी असली की, मुंबईस्नं ती इथं येते. लग्न करणार आहेस म्हणे तिच्याशी! अरे तुला काही शरम, लाज, काही विचार? तू कोण, ती कोण? 'वाद आणि विवाह बरोबरीच्या माणसाशी करावा', एवढी साधी व्यवहारी अक्कल नाही तुला? सोन्यासारखं आयुष्य मातीत घालायला निघाला आहेस तू?"

दादांचा आवाज फार चढला होता. थरथरू लागला होता. हनुवटी गळ्याशी रुतवून त्यांनी त्या टीचभर खोलीत चार येरझाऱ्या घातल्या. दारातून बाहेर पाहिलं. मग दाणकन कॉटवर बसले.

"अजून विशी नाही ओलांडलीस! केवढं मोठं आयुष्य आहे तुझ्यापुढे. मोठा लेखक हो, चित्रकार हो, काही कर. आपल्या पायावर भक्कम उभा राहा आणि मग आवडेल त्या मुलीशी लग्न कर. माझं काही म्हणणं नाही. जातपात काही बघणार नाही मी. पण काही एक विचार न करता तू काय करतो आहेस हे! फार-फार सोसावं लागेल तुला. मातेरं करून घेशील... अरे, केवढा झगडा द्यावा लागेल तुला! घर सुटेल, नातीगोती तुटतील, समाजात प्रतिष्ठा राहणार नाही. तुझी तुलाच पुढं लाज वाटायला लागेल. काही विचार कर रे, विचार कर! म्हाताऱ्या आईवडिलांच्या मनाचा विचार केलास? जन्मभर तुम्हाला मोठं करण्यासाठी झिजले ते. गेल्याच वर्षी घरदार जळलं दंगलीत. त्यात आबा आजारी आहेत. आता ही बातमी ऐकली तर पटकन जीव जाईल त्यांचा."

भावनावेगानं दादा मध्येच थांबत. खाली बघत पुन्हा बोलू लागत. 'उघड्यावर सापडलेलं गाढव पावसाचा मारा सोसत मुकाट उभं राहतं', तसा मी खाली मान घालून मुकाट ऐकून घेत होतो.

बराच वेळ समजावून झाल्यावर दादांना पुन्हा रागाची उकळी फुटली. उंच आवाजात ते ओरडले, "तू मेला का नाहीस? चार-आठ दिवस रडून मी मोकळा झालो असतो."

मग उभे राहिले. अंगरख्याच्या दोन्ही खिशांत दोन्ही हात खुपसून म्हणाले, "ऑल राईट! तू लग्न कर! आय शॅल सी दॅट यू गो बेगिंग फ्रॉम डोअर टू डोअर!"

त्यांनाही आता भावनांचा कल्लोळ असह्य झाला होता. पुन्हा या पोराचं तोंड बघणार नाही, तो मला मेला असं मनाशी म्हणून तडक बाहेर पडले. मागे वळून सुद्धा बघितलं नाही.

मागच्या नळावर तोंड धुवायला गेलो होतो, तेव्हाच बोळात उभा राहून समोर रस्त्यापलीकडं असलेल्या हनुमान हॉटेलच्या मालकाला मी हात वर करून दोन बोटं

दाखवली होती. रंगानं गोरा, वयानं पन्नाशी उलटलेला, सुटलेल्या अंगाचा हा हॉटेलमालक मोठा चांगला माणूस होता. तांबूस रंगाचं धुवट धोतर आणि अंगात कोपरी घालून, शेंडी गोंजारत तो गल्ल्याशी बसलेला असायचा. अंगाचा मोठा पसारा असलेली त्याची जहांबाज बायको मागल्या बाजूचं चुलवण सांभाळायची आणि हा गिऱ्हाइकांची चार टेबलं बघायचा. कपबश्या खंगाळायला एक बारक्या होता. आम्हा पोरांना या हॉटेलात मोठं घरगुती वाटायचं.

मालकांची एक सुप्त इच्छा होती की, मरण्याआधी आपण एकवार पडद्यावर दिसावं. खास करून संतपटात. त्यामुळे आमच्याशी ते फार अगत्याने वागत. काही खळबळ न करता आमची उधारी फुगू देत.

दादा बाहेर पडले आणि काही वेळानं मालक आले. मोठ्या ट्रेमध्ये त्यांनी स्पेशल चहा, लोणी लावलेला ब्रेड आणि गरम भजी आणली होती.

मी म्हणालो, ''फार वेळ केला तुम्ही! गेले ते.''

संताला शोभाव्यात अशा पांढऱ्या मिश्यांच्या छपराखाली कनवाळू बोलणारे मालकांचे ओठ होते. ते म्हणाले, ''मी बोळात शिरताना बघितलं होतं दादांना. तुम्ही दोन बोटं दाखवली म्हटलं च्याचा टाईम झालाय, तर त्याबरोबर खायालाबी न्यावं. भजी काढायला लावली मालकिणीला. मला म्हायती आहे, मागं चार-दोन वेळा आले तेव्हा त्यांनी हेच आणायला सांगितलं होतं. म्हणून उशीर झाला हो! गेलं काय दादा?''

''हो!''

''अरारा!''

ट्रे हातातच घेऊन मालक कष्टी चेहऱ्यानं उभं राहिले. माझा उतरलेला चेहरा त्यांच्या बहुधा ध्यानी आला असावा. म्हणाले, ''काय तब्बेत नरम दिसतीय, आज?''

''हा!''

''मग पडा, जातो.''

''आणलाच आहे चहा, तर माघारी कशाला नेता? ठेवून जा! ते दोघं येतील आता.''

''बरं! बारक्याला कपबश्या न्यायला पाठवितो तासाभरानं.''

मालक निघून गेले.

मी ट्रे उचलून कॉटवर घेतला आणि सावकाशपणे एकट्यानंच ब्रेड, भजी, चहा संपविला. रिकामा ट्रे कॉटखाली सारला.

माणसाला अन्नाची जरूर केव्हा लागेल सांगता येत नाही. उगीच नाही प्राचीन काळी प्रेताबरोबर धान्यधुन्यही पुरत.

मला काही गोष्टी धार्जिण्याच नव्हत्या. एक म्हणजे नातीगोती. नात्यातल्या माणसांनी केला एवढा माझा छळ कोणीही आजवर केलेला नाही आणि दुसरी धार्जिण नसलेली गोष्ट म्हणजे पाळीव प्राणी. मी वारंवार कित्येक कुत्री पाळली. ती नाना वाटेने मला सोडून गेली. काही अपघातानं मेली. एक वेडं झालं म्हणून माझ्या हातानं मला मारावं लागलं. एक नाहीसं झालं, मांजरं पाळली. तीही अशीच. काही मेली, काही निघून गेली. पक्षी तर राघूपासून कबुतरापर्यंत मी पाळून पाहिले. कोणी टिकलं नाही. एक कासव वर्षभर पाळलं आणि ते फार दुःखी आहे असा साक्षात्कार होऊन मीच नदीत नेऊन सोडलं. गाय पाळली ती चोरीला गेली.

कोल्हापूरला चित्रकलेचा अभ्यास निवांतपणे करता यावा म्हणून नदीच्या काठी असलेल्या पुराण्या वस्तीत मी एक अडगळीची खोली भाड्यानं घेतली होती. मुख्य दारातून आत शिरलं की अंगण होतं. अंगणात कुत्री, म्हशी, शेरडं, गाई, कोंबड्या आणि उघड्यावाघड्या पोरांचा वावर असे. लहान-लहान खोल्यांतून शेतमजूर, कामगार, कष्टकरी यांची आठ-दहा बिऱ्हाडं चौफेर होती. माझ्या कामात व्यत्यय येईल असं इथं कोणीही वागत नसे. मी कोण, काय करतो त्याच्याविषयी फाजील कुतूहल कोणी दाखवलं नाही. आपल्या आपल्या व्यापात माणसं दंग असत. या खोलीत बसून मी चित्रं रंगवीत असे, पुस्तकं वाचीत असे आणि सारवलेल्या जमिनीवर टाकलेल्या तरटावर पडून तासन्‌तास डोक्यात चाललेली नाटकं बघत असे.

काही काही वेळा मला फार एकटं वाटे. आपण या सगळ्या पसाऱ्यात अगदी एकाकी आहोत, असं जाणवून मी कमालीचा उदास होऊन जाई. ही माझी गडद उदासीनता, चेहऱ्यावर उठलेल्या मुरमांप्रमाणे कित्येक दिवस मावळत नसे.

अशा उदास अवस्थेत बाजारातनं भटकतानाच मला 'आत्मा' मिळाला.

रविवार होता. आठवडा बाजार ऐन भरात आला होता. कोंबड्या विकायला घेऊन बसलेल्या खेडुतांच्या पंगतीत मी शिरलो. हारे, दुरड्या, टोपल्या घेऊन बाया, पोरी, बापई बसले होते. त्यांनी विक्रीसाठी तलंगा, खुडूक कोंबड्या, अंडी घालणाऱ्या कोंबड्या, कोंबडे आणले होते. एका बाईच्या समोर बांबूच्या चोयट्यांनी गुंफलेली भलीमोठी करंडी होती. करंडीचं टोपण अर्धवट उघडं होतं. आत एक पोक्त बदकाची मादी आणि तिची पाच जाणती लेकरं होती. आई गप्प बसली होती, पण पोरं सारखी चळवळ करीत होती. पंख हलवीत होती आणि फताड्या चोची वासून, माना वाकड्या करकरून बघत होती. क्वॅऽ क्वॅऽ करून बोलत होती. मी समोर उभा राहिलो आणि बघू लागलो.

त्या पाची पोरांतलं एक पोरगं फार चळवळखोर होतं. दोन्ही पाय बांधलेले

असूनही, मान दुरडीच्या काठावर लांबवून इतर भावंडांना तुडवत, ढकलत बाहेर पडण्यासाठी त्याची धडपड चाललेली होती.

याचा रंगही सुरेख होता. पिवळट रंगाची चोच, डोकं, मान हिरव्या रंगाची, अर्ध्या मानेवर पांढरं कडं, छाती विटकरी रंगाची, अंग चॉकलेटी रंगाचं, कुठं-कुठं पांढऱ्या रेघा – काळे शिंतोडे, पाय नारिंगी. मी फारच खूश झालो. वाटलं, हे चळवळं पोर आपल्याला कायमचं पाहिजे.

"केवढ्याला द्यायचं मावशी?"

मावशीला मी काही घेणाऱ्यांपैकी गिऱ्हाईक वाटलो नाही. म्हणाली, "तीस रुप्पय समद्या डालग्याचं."

"मला सगळी नगंत, एक पिलू द्या हे हिरव्या मानेचं."

मावशी ठसक्यात बोलल्या, "दिला तर समदा डालगा द्याचा. एक न्हाई."

आता आली का पंचाईत?

"समदा डालगा घेऊन मी काय करू?"

मावशी खणखणीत उंच आवाजात म्हणाली, "अवं ते पिलू नर हाय. तुमाला अंड्याला पायजे, तर समदा डालगा घ्या. दोन नर, तीन तलंगा आन् एक ही मादी! तीस रुप्पय काय लई न्हाई सांगितलं मी."

मी म्हणालो, "तीस रुपये मी देतो. पण हा एकच नर मला पाहिजे. देता का?"

मावशीबाई आखाला हाताचा मुटका लावून बाजूला बघत म्हणाल्या, "बाजार बगायला आला असला तर व्हा म्होरं!"

यावर मी खिशातनं नोटा काढून पुढं केल्या.

मावशीबाईनं आश्चर्यानं माझ्याकडे बघितलं. शेजारी कोंबड्या घेऊन बसलेली बाई म्हणाली, "द्या की हो, एक तर एक! कुठं वागवत नेता माघारी डालगा? सगळी घेनारं गिऱ्हाईक भेटेलंच कशावरनं?"

मग मावशी खाली आली. म्हणाली, "नराचं रुप्पय चार बसतील बाबा!"

चार रुपये देऊन मी ते पिलू दोन्ही हातांत धरून उचललं.

मऊ पिसांचा ऊबदार गोळा. त्याचं एवढंसं हृदय उडत होतं, ते सुद्धा मला जाणवलं.

एक उडतं, उष्ण हृदय माझ्या ओंजळीत होतं. ते पाणपाखरू छातीशी धरून मी घरी आलो. घरी म्हणजे माझ्या खोलीवर. दार लोटून मी माझ्या मित्राला खोलीपुरतं स्वातंत्र्य बहाल केलं.

त्याची पहिली प्रतिक्रिया अर्थातच पळून जाण्याची होती. पकडला गेलेला सैनिक ज्या अटीतटीनं सुटून जाण्याची पराकाष्ठा करतो तशी त्यानं केली. दारापर्यंत

त्वरेनं जाऊन फटीत चोच घालून पंख फडफडवले. खिडकीखाली जाऊन मान उंचावून प्रकाशाकडे पाहिलं. उडणं अर्थातच तो विसरला असला पाहिजे किंवा शिकला नसला पाहिजे. मग असहाय्यपणानं त्यानं खोलीच्या या टोकापासून त्या टोकापर्यंत, या भिंतीपासून त्या भिंतीपर्यंत अशी धावपळ केली. त्याच्या हालचालींबरहुकूम मी जर जमिनीवर रेघा ओढल्या असत्या, तर खोलीची जमीन पोरानं रेघोट्या ओढलेल्या स्लेटपाटीसारखी दिसली असती. शेवटी तो हताश झाला आणि फार गमतीदार गोष्ट त्यानं केली. आपल्या जड बुडाच्या टोकाशी असलेलं एवढंसं शेपूट हलवीत, गडबडीनं तो तरटापाशी आला. तरटाची कड चोचीत पकडून त्यानं बरीच वर उचलली आणि त्याच्या खाली शिरून दडून राहिला.

याला नाव काय ठेवावं याचा विचार मी सारखा करीत होतो. तो तरटाखाली जाऊन दडून बसला होता. तेव्हा मला नाव सुचलं – 'आत्मा!'

भीती मोडल्यावर म्हणा किंवा तरटाखालच्या धुरोळ्यानं म्हणा, लगेचच तो बाहेर पडला. मी त्याचा मित्र आहे, शत्रू नव्हे हे कसं समजवावं याचा पेच मला पडला. स्पर्शाच्या भाषेत मी त्याच्याशी बोललो होतोच, पण आता शब्द शोधणं जरुरीचं होतं. मी अगदी हळुवार असा घशात आवाज करू लागलो. 'आत्मा' मान पुढं काढून माझ्याकडे लक्षपूर्वक बघू लागला तेव्हा म्हणालो,

"मित्रा, तुला अभय आहे. नि:शंक मनानं ऐस. आपण दोघं एकमेकांच्या सोबतीनं सुखानं कालक्रमणा करू. माझ्यापासून तुला कसलंही भय नाही. आजवर माझं भय, कधी कधी मलाच वाटलेलं आहे. एरवी कुणालाही नाही."

यावर 'आत्मा' काही बोलला नाही. त्यानं डावा पंख वर उचलला आणि कुशीत चोच खुपसून तो पिसं साफ करायला लागला.

आत्म्याचं खाणं काय असेल, याचा मी काही वेळ विचार केला. तूर्त तरी माझ्यापाशी पुस्तक, कागद, रंग यापलीकडे काहीही नव्हतं. खरं तर मावशीबाईला मी विचारायला हवं होतं, पण बदक मिळालं या आनंदानं मी इतका चेकाळलो होतो की, त्याचं खाद्य विचारून घेणं राहून गेलं होतं.

तात्काळ विचार मनात आला की, बदक हा पाण्यातला जीव आहे. याला नदीवर घेऊन गेलो, तर याचं खाणं हाच शोधून काढेल.

त्या भरात मी त्याला उचलून छातीशी धरला आणि निघालोही.

निम्म्या वाटेत एक धोका ध्यानात आला. मोकळा सोडताच खाणंपिणं सोडून आत्मा पाण्यात शिरला आणि मला सोडून गेलाच तर? अजून काही त्याला माझी सवय झाली नव्हती.

पंचगंगेचं पात्रं मोठं होतं आणि पाण्यात पडून तिकडंच नाहीसं होण्याचं कसब आत्म्यापाशी जन्मजात होतं.

मग त्याला पिशवीत टाकून मी पाठीशी घेतला आणि गंगावेसच्या बाजारात गेलो. मणेऱ्याच्या दुकानात जाऊन एक गोल कडं मागितलं. ते माझ्या मित्राच्या डोक्यात शिरून गळ्यात फिट बसतंय, मान आखडून सहज त्याला काढता येत नाही ना हे पाहिलं. मग एक दहा हात दोरी घेतली आणि नदीवर गेलो.

दोरी हातात ठेवून मी आत्म्याला नदीकाठी सोडलं. दलदल, पाणी बघून तो देहभान विसरला. हिरव्या लव्हाळ्यात शिरला. चिखलात चोच बचाबचा बुडवू लागला. स्वत:शीच खूश होऊन बरळायला लागला.

फार आनंदानं पाण्यात शिरला. फक्त शेपूट वर, पाण्याला लाथा, अशा डुब्या घेऊन चरू लागला.

दोरी हातात ठेवून मी आरामशीर असा खडकावर बसून राहिलो.

हा काही नदीचा घाट नव्हता. नदीचा अधलामधलाच तुकडा होता. वेळही दुपारी तीन-साडेतीनची, त्यामुळे नदीवर कोणी नव्हतं. तीन गायबगळे तेवढे उथळ पाण्यात उभे राहून मासा बघत होते.

आत्म्याला बघून ते किंचित दचकले. टांगा टाकत थोडे पलीकडे गेले आणि आत्म्याकडे पाठी वळवून पुन्हा मासे बघू लागले.

दिवस बराच कलला. झाडाच्या पाण्यात पडलेल्या सावल्या लांबल्या होत्या. काठाशी येऊन आत्मा आता पोट भरलं तरी उगीच चिखल चिवडीत होता. अगदी पाण्याच्या कडेशी जाऊन मी त्याला हळूच ओढून जवळ आणला. उचलून घेतला आणि खोलीवर आलो.

वाड्याच्या मालकीणबाई, अंगणाच्या जोत्यावर बसून, दातांना जाळल्या तंबाखूची मिश्री चोळत बसल्या होत्या.

मी आत्म्याला अंगणात सोडल्यावर त्या हसून म्हणाल्या, "आनि ही काय हो बला आणली पेंटर, कशाला म्हणं हे?"

"चित्रं काढायला, मॉडेल आणलं बघा मावशी."

"अरं माज्या कर्मा! आन ह्येला डालायचं कुटं, हिंडवायचं कुनी? हे काय वारं पिऊन ऱ्हानार व्हय?"

मी याही समस्येचा विचार केला नव्हता. विरमून म्हणालो, "ते काय ध्यानातच नाही आलं. बाजारात सहज गेलो फिरत. दिसलं, आणलं. म्हटलं पाळू या. त्याला काय वैरणचारा नाही लागणार."

"नर आहे का मादी?"

"नर आहे."

मुखरस सांडून मालकीणबाई म्हणाल्या, "अहो, नरमादी तरी नाही आणायची! अंडी झाली असती खायला माझ्या पोरास्नी!"

मालकीणबाई तशा फार तोंडाळ होत्या. जहांबाजही होत्या. बिघडल्या म्हणजे भाडेकरूची दाणादाण होई. पण कुठंतरी त्यांच्यापाशी खेडवळ निर्व्याजपणाही होता. मी पंचायतीत पडलेला बघून म्हणाल्या, "काय काळजी करू नका! फिरंल अंगणात कोंबड्यांबरूबर. रात्री मी डालीन. एक पाखरू काय इतक्या बिऱ्हाडात जड हाय?"

मग खोलीला टाळं मारून मी सायकल हाणीत शहराच्या दुसऱ्या टोकाला असलेल्या माझ्या भावाच्या घरी गेलो.

सकाळी लवकर उठून खोलीकडं आलो, तर खरंच 'आत्मा' अंगणात फिरत होता. कोंबड्यांच्या आणि त्याच्या चालीत फारच फरक होता. या बेट्याचे पाय, शरीराच्या पार मागल्या बाजूला होते. पावलंही फताडी होती. त्यामुळे कोंबड्यांसारखं रुबाबात चालणं त्याला काही जमण्यासारखं नव्हतं. तो चाप्लीनसारखा चालत होता.

मान तिरपी करून त्यानं मला एका डोळ्यानं पाहून घेतलं आणि म्हणाला, "रॅबूऽ रॅबूऽऽ –"

बहुधा ही धमकी नसावी, स्वागत असावं.

माझी खोली अडगळीची होती तरी चांगली लांबलचक होती. खोली कसली, सोप्यालाच पडदी घालून अर्धा भाग वेगळा काढलेला होता.

थोडा वेळ मी आत्म्याला कुरवाळलं आणि मग कामाला लागलो. एका सुरेख स्पॉटवर जाऊन मी नुकतंच लॅन्डस्केप करून आणलं होतं. रस्त्याकाठचे फुललेले गुलमोहर, ढगाळ आभाळ आणि वळसा घेऊन गेलेला रस्ता. हे लहान लॅन्डस्केप पुढं ठेवून, मी आता त्याची मोठी प्रतिकृती करीत होतो.

आत्मारामला घरात वावरण्याची सवय असावी.

मोडक्या, निरुपयोगी सामानाचा ढिगारा बघून झाल्यावर, पहिली पायरी म्हणून तो एका वस्तूवर चढला. फुटकी लोखंडी पाटी उभी करून ठेवलेली होती. तिच्या कोरेवर चढून तोल सावरतो तोवर पाटी धडामकन घसरली. तसा घाबरून माझ्यापर्यंत आला. आला तो हां-हां म्हणेपर्यंत उघड्या कलर बॉक्सवरून चालत गेला, रंगात बुडलेले पाय घेऊन माझ्या मांडीवरनं पलीकडे जाऊन एका डोळ्यानं माझ्याकडे बघू लागला.

"अरे – " म्हणून मी केकाटलो तसा बोर्डावर ताणलेल्या मोठ्या इंपीरियल ड्रॉईंगपेपरवरनं पळत पार त्या कोपऱ्यात जाऊन उभा राहिला.

क्षणार्धात, गुलमोहराचा रंग नको त्या ठिकाणी पसरला. म्हणजे याला खोलीत मोकळं सोडून काही काम करणं अशक्यच होतं.

मी हतबुद्ध होऊन बघत राहिलो.

एकाएकी मला जाणीव झाली की, माझ्यापेक्षा या बेट्याच्या दृष्टीचा विस्तार मोठा आहे. कारण त्याचा एक डोळा माझ्यावर असतानाच उघड्या दारातून एक कुंभारीण माशी गुंगत आली आणि मातीची मडकी घालायला आढ्याशी जागा बघू लागली, तेव्हा हा मान न हलविता तिलाही बघत होता.

नाना शक्यतांचा विचार मी भराभर केला आणि माझी लहानशी पिशवी रिकामी केली. तिच्यात आत्मारामला ठेवला आणि भिंतीला असलेल्या खुंटीला पिशवी अडकवून टाकली. त्रिशंकूसारखा आत्माराम लटकत राहिला. धरित्री नाही, अस्मान नाही.

माझी आवराआवर चालू आहे, तोवर मालकीणबाईंचा ओरडा ऐकू आला. ''म्हायती हाय अब्यास करनारी. गप ती शेरडी सोड आन् नदीकाठानं हिंडवून आण तासभर. म्याट्रिकीला हैस म्हंजे काय आभाळाला हात लागलं तुजं? जा, आन् जाताना त्या पेंटराच्या बदकालाबी घेऊन जा पवायला. तोंड वाकडं केलंस तर पाठाड सडकीन. हां, सांगून ठेवते.''

मोठ्या फटाक्यांचा सरच्या सर वाजावा तसे हे शब्द वाजले आणि मागोमाग कधी नव्हे ती मालकीणबाईंची लेक माझ्या, भाडेकरूच्या दारात येऊन उभी राहिली. नाक फुगवून म्हणाली, ''शौक करायचे तर आपण स्वत: खस्ता खाव्यात. दुसऱ्यांना का त्रास? मार खावा लागला तरी हरकत नाही मला. पण तुमच्या बदकाच्या पिल्लामागं मी चिखलराड तुडवत हिंडणार नाही. साफ सांगते, नेणार नाही बदक!''

आणि गर्रकन पाठ फिरवून निघून गेली. तो रडका आवाज आणि चेहरा यांचा मला झालेला हा पहिला परिचय. भलताच वास्तव पण नाट्यपूर्ण प्रसंग.

पुढं लवकरच हिच्यापायीच 'तू दारोदार भीक मागत हिंडशील', ही शापवाणी मला माझ्या वडील भावाच्या तोंडून ऐकावी लागणार होती.

मी भिंतीकडे बघितलं तर अधांतरी लोंबणाऱ्या पिशवीबाहेर डोकं काढून आत्मा माझ्याकडे बघत होता.

त्याच्या विशाल दृष्टीला या दृष्टिक्षेपात, शेरडू घेऊन वाड्याच्या दरवाज्याबाहेर पडणारी मालकीणबाईंची मुलगीही दिसत असणार.

स्त्री आणि पुरुष या विषयात पुढे काय वेगळं घडणार? लोणी आणि विस्तू जवळ येताच घडतं तेच. एकाचं तापणं, दुसऱ्याचं विरघळणं, एकाचं कढणं, दुसऱ्याचं विझणं वगैरे, वगैरे. विलक्षण कुतूहल, आकर्षण आणि भीती. वाऱ्यानं लुटूलुटू हलणाऱ्या काळसर चिंधीकडे मांजराचं पोर जसं सावध कुतूहलानं पाहत

असतं, आक्रमणासाठी एकीकडे थरथरत असतं आणि त्याच वेळी अनामिक भयानं लटलटतही असतं, तसा काहीसा प्रकार!

मग काही वेळा मी तिला टाळलं, काही वेळा तिनं मला चुकवलं. मग आम्ही एकमेकांना भेटण्यासाठी युक्त्याप्रयुक्त्या केल्या आणि आपण मुद्दाम काहीच केलं नाही असं दाखवलं.

एकदा ती धीटपणानं माझ्या खोलीत आली आणि जरुरीपेक्षा मोठ्या आवाजात म्हणाली, ''मला थोडी मदत कराल का?''

मी चकित!

''काय बुवा?''

''आम्हाला मॅगझिनसाठी काही लिहायला सांगितलंय. कथा, शब्दचित्र वगैरे. पहिली तीन पारितोषिकं आहेत, तर मी बदकावर लिहिलंय, ते बघता का?''

''बघेन.''

बघितलं तर वाईटच लिहिलं होतं. बक्षीस कुठलं, दंडच केला असता शाळेनं. वाईटात सुधारणा तरी काय करणार? मी आपला मान मोडून बसलो आणि आमच्या आत्म्याचं झक्कास शब्दचित्र रेखाटलं. म्हणालो, ''हे घ्या आणि तुमचं म्हणून छापा.''

ते छापलं आणि तिला पहिलं बक्षीस मिळालं.

मग, चार दिवस मी कुठं परगावी गेलो आणि निळ्या लेटरपॅडच्या कागदावर मी पहिलं प्रेमपत्र लिहिलं.

मग कुठल्यातरी कार्यक्रमात म्हणण्यासाठी तिनं माझ्याकडनं एक गाणं लिहून घेतलं.

अशा पद्धतीनं एखादा खेडवळ, स्वप्नाळू, भाबडा आणि थोडाफार पढतमूर्ख असा एकवीस वर्षांचा पोर वागू लागतो तेव्हा त्याला कोणीही अडवू शकत नाही.

एके दिवशी ती म्हणाली की, ''तुम्ही माझ्याशी लग्न केलं नाही, तर मी जीव देऊन मोकळी होईन.''

मी म्हणालो, ''ते फारच अवघड आहे. कारण मी बेकार आहे. शिवाय माझ्यापाशी दिडकीही नाही, शिवाय मला घरातले लोक हाकून देतील.''

ती म्हणाली, ''मी वाटेल ते हाल सोशेन. एकवेळ जेवून आनंदानं राहीन.''

अशा प्रसंगी उच्चारलेल्या प्रतिज्ञा या फार काळ खऱ्या समजायच्या नसतात, हे तेव्हा मला माहीत नव्हतं.

मी फार गंभीरपणे जीवनाविषयी विचार करू लागलो.

एके दिवशी संध्याकाळी आत्म्याला हिंडवत मी रंकाळा तलावावर गेलो. सुरेख संध्याकाळ होती. थंड वारं सुटलं होतं. निळं पाणी शहारत होतं. संध्यामठाची दगडी इमारत काठीभोर दिसत होती आणि पश्चिमेकडे उधळलेले सूर्यास्ताचे रंग पाण्यात मिसळले होते. डोंगर, घरं, झाडं काळवंडत चालली होती.

आणि ध्यानीमनी नसताना ही पोर मागून आली. म्हणाली, "एकटेच बरे एवढ्या बाजूला बसलाय?"

मी दचकलो आणि मग म्हणालो, "रंग बघतोय."

"मी बसले तर चालेल का?"

मी काहीच बोललो नाही.

गावाकडून फिरायला आलेली माणसं तळ्याच्या दगडी कठड्यावर बसली होती. काही रस्त्यावर होती. मी होतो तिथून ही माणसं खडूच्या कांड्याएवढी दिसत होती.

फारच वारा सुटला, केस उधळले, कपडे फडफडले. समोरच्या खडकावर पाणी धडकले, फुटले. लक्षावधी तुषार उडाले.

काळोख होऊ लागला तेव्हा मला आत्म्याची आठवण आली. कुठं गेला हा? या कोपऱ्यात तर डुंबत होता मघाशी. उभा राहून मी मोठमोठ्यानं हाका मारल्या. त्या पाण्यावरून भाकऱ्या उडवीत गेल्या.

आत्मा....

आत्माराम!

ये... ये...!

एवढा विशाल जलाशय बघून आकाशात हंस जावा तसा आत्मा गेला होता.

मी खडकावर बसून फार हळहळलो तर ही म्हणाली, "त्याला कळलं, आता तुम्ही एकटे नाहीत."

आकाशात चांदण्या, रस्त्यावर दिवे उजळले.

पाण्यावर प्रतिबिंबं हलू लागली.

आम्ही एकमेकांना खेटून चालत घरी आलो.

पहाटे, तोंडाला तोंड दिसत नव्हतं तेव्हा उठून मी रंकाळ्यावर आलो आणि भिरीभिरी सगळीकडे पाहिलं. तळ्याला वेढा घातला.

लव्हाळ्याच्या हिरव्या ठिगळात कुठं काही बदकं दिसली, कुठं पाणकोंबड्या दिसल्या, गायबगळे दिसले.

'आत्मा' दिसला नाही....

हरवला.

■

दोन

यानंतर या कानाचं त्या कानाला न कळता मी मालकीणबाईंच्या मुलीशी लग्न करून प्रचंड गुंत्यात स्वत:ला अडकवून घेतलं. लग्नाचा सोहळा फारच साधेपणानं मुंबईला पार पडला. मुहूर्त वगैरे नाहीच. एके दिवशी अतिशय उतरलेल्या चेहऱ्यानं मी टॅक्सीत बसलो. माझ्या अंगावर नेहमीचेच पण परीटघडीचे कपडे होते. मालकीणबाईंची मुलगी नवी साडी नेसली होती. तिची मोठी बहीण, बहिणीचा व्यापारी नवरा आणि वयानं मोठ्या पण उंचीनं मुलगी राहिलेल्या, एक गुजराथी भाषा येणाऱ्या मराठी बाई अशी वरात मुंबईच्या डांबरी रस्त्यावरनं निघाली. या महानगराच्या प्रचंड कोलाहलाची वाजंत्री वाजत होती. मॅरेज रजिस्ट्रारचं ऑफिस उघडण्याची वेळ, हा मुहूर्त होता.

टॅक्सी ऑफिसच्या आवाराबाहेर थांबली. मोठ्या बहिणीनं लहानशी पर्स उघडून टॅक्सीचं बिल दिलं. तोवर तिच्या व्यापारी नवऱ्यानं इमारतीची उंची दृष्टीनं मोजली.

रजिस्ट्रार भले हसतमुख गृहस्थ होते. म्हणाले, "बसा, बसा! तुम्हीच पहिले आलात. उरकून टाकू या हं."

बसलो. मग आम्ही दोघांनी प्रतिज्ञा वगैरे उच्चारली. मोठ्या बहिणीनं आणि फळांचा व्यापार करणाऱ्या तिच्या नवऱ्यानं साक्षी घातल्या. गुजराथी बोलता येणाऱ्या मराठी बाईंनीही घातली. रजिस्ट्रारांनी हसत-हसत म्हटलं, "ओके, नॉव, एनी टोकन –?"

आम्ही गोंधळल्या चेहऱ्यानं एकमेकांकडे बघितलं. रजिस्ट्रारांनीच खुलासा

केला – ''गळ्यात घालण्यासाठी हार, बोटात घालण्यासाठी अंगठी असं काही?''

आम्ही तिघेही यावर गप्प. व्यापारी फक्त ओशाळवाणं हसले.

''काही नाही? बरं मग टाळ्या वाजवा! Clap your hands and go!''

रजिस्ट्रारने दोन टाळ्या वाजविल्या. व्यापाऱ्यांनी हळूच एक वाजवली. मोठ्या बहिणीनं एक. त्या फार कमी उंची असलेल्या बाईंनीही दोन टाळ्या वाजवल्या. आम्ही गोंधळून काही हालचाल केली नाही. आम्ही काही प्रेक्षक नव्हे. टाळी वाजवायची की नाही?

मोठ्या बहिणीनं सर्टिफिकेट ताब्यात घेऊन घडी करून पर्समध्ये ठेवलं आणि प्रेमभरानं बहिणीच्या पाठीशी हात टाकून म्हणाली, ''चला –!''

बाहेर पडून आम्ही काही पावलं चाललो. इराण्याच्या हॉटेलात शिरलो. लेमन प्यायलो. गुजराथी बोलता येणाऱ्या बाई घाईघाईनं निघून गेल्या. माझ्या मनावर विलक्षण दडपण होतं. त्या तिघांच्याही असलं पाहिजे. बहीण कशी तयार झाली होती कोण जाणे! तिचा नवराही कसा तयार झाला होता हे कोडंच होतं. कारण मालकीणबाईंचा धाक पोरांना होता, जावयालाही होता. पण सगळ्यांना एक आशा होती, सुरुवातीला विरोध असतो, पुढं आपोआप तो मावळतो, दिवस फक्त जावे लागतात. फार तर दोन-एक वर्षं.

सगळं गुपचूप होतं. कुणाला एवढ्यात कळू द्यायचं नाही. जेव्हा कर्णोपकर्णी कळेल तेव्हा कळेल.

बहिणीचा नवरा व्यापारी असल्यामुळे त्याचा गिरगावात उत्तम फ्लॅट होता. सासूसासरे, दीर, मुलं अशी गर्दी होती. लेमन पिऊन झाल्यावर ती म्हणाली, ''आता हे जाणार आहेत मार्केटकडे. मी फ्लॅटवर जाते. तू काय करशील?''

''खोलीवर जाते.''

''आणि हे –''

''मी माझ्या मित्राकडे उतरलोय, कॉलेजच्या होस्टेलवर. तिकडं जातो. रात्रीच्या गाडीनं पुण्याला माघारी जाईन.''

तिची खोली म्हणजे मोठ्या सिमेंटच्या चाळीतल्या तिसऱ्या मजल्यावर, अगदी टोकाशी असलेलं दहा-बाय दहाचं खुराडं होतं. आत मालकीणबाईंचा पलंग, मोरी, स्वयंपाकघर, संसार आणि आला गेला पै-पाव्हणा. बायकांना कपडे बदलायचे असले म्हणजे पुरुषांनी बंद दाराबाहेर गॅलरीत उभं राहायचं.

भायखळा मार्केटमध्ये भाजीचा धंदा करणारा मालकीणबाईंचा पहिलवान भाऊ इथं राहायचा आणि त्याची पोटाला लेकरू नाही म्हणून झुरणारी पालीसारखी पांढरीफटक बायकू. मालकीणबाईंनी अलीकडं आपली मुलगी इथं कॉलेज शिकायला ठेवली होती.

लग्नसोहळा उरकताच असे आम्ही चौघे चारी दिशांना पांगलो. गुन्हा करण्यासाठी एकत्र आलेले चार लोक तो करून होताच लगोलग पांगतात तसे!

'संस्कार' ही मला धार्जिण नाही अशी आणखी एक गोष्ट आहे. माझ्याबाबतीत धड असा कोणताही संस्कार आजतागायत नियतीनं होऊ दिलेला नाही.

नऊ वर्षांचा झालो आणि घरात जोरदार चर्चा होऊ लागली. आईचं म्हणणं होतं की, खरं म्हणजे आठव्या वर्षीच याची मुंज करायला हवी होती. एक वर्ष उशीरच झाला. आता याची आणि पाठच्याची एकदमच करू या. तुम्ही पंधरा दिवस रजा घ्या. गावी जाऊ आपल्या वडिलोपार्जित घरात, गोतावळा बोलावून थाटानं मुंजी करू या. ही सूचना आईनं केली की आबांच्या पुढं ब्रह्मांडं उभं राही. ते दीर्घ सुस्कारा सोडून म्हणत, "हं! तुम्हाला बोलायला काय जातं! मुंजी म्हणजे तोंडच्या गोष्टी आहेत का, नाण्याचं काय?"

आई म्हणे, "चार एकर जमीन विका."

वडील म्हणत, "हो, म्हणजे मुंज्या पोरांसारखी माझ्या हातीही चौपदरी झोळी."

आई म्हणे, "तुमची नका विकू, माझी आहे अठरा एकर लेक वारशानं आलेली, ती विका."

वडील म्हणत, "ते स्त्रीधन आहे. त्याच्यावर माझा अधिकार नाही. तुझ्या आई-वडिलांनी ठेवलेली जमीन मी विकणार नाही. ते पाप होईल."

आणि हा विषय संपवावा म्हणून डोईवर रुमाल ठेवून ते थेट घराबाहेर निघून जात.

घराला घूस लागावी तशी ही चिंता सतत वर्ष-दीड वर्ष वडिलांच्या मनाला लागलेली होती.

अखेर आईनंच पडतं घेतलं. गावी न जाता, काही गाजावाजा, डामडौल न करता, घरच्या घरी मुंजी करायला तिनं होकार दिला.

पण घरच्या घरी म्हटलं तरी खर्च होताच. नवे कपडेलत्ते आले, पुरणावरणाचा स्वयंपाक आला, पाच-पंचवीस पानं आली. मांडव आला, ताशावाजंत्री आली. हे सगळं करायचं कशातनं?

गुपचूप उठून आबा रोज गावातल्या एका धनंतराकडे जायचे आणि अपमानित होऊन परत यायचे. भकासपणे भिंतीशी टेकून बसायचे. सावकारांनी त्यांना कर्ज कोणत्या तारणावर द्यायचं?

बरं, गावाकडची जमीन, आईच्या माहेरची जमीन, दोन्हीकडची घरं यावर पैसा काढायची त्यांची मुळीच तयारी नव्हती. म्हणायचे, "मी जिवंत आहे तोवर या

गोष्टींना ढका लावणार नाही. वडिलांनी कमावलं त्यात भर घालण्याचा पुरुषार्थ माझ्यापाशी नाही. निदान त्याची धूळदाण माझ्या हातानं मी करणार नाही.''

मग केव्हातरी त्यांच्याच कोणी पोक्त मित्रांनी सल्ला दिला, ''पंत, कशाला सुखाचा जीव दु:खात घालता? भाड्याची बैलगाठी जुंपून तीर्थक्षेत्री जा आणि एका दिवसात पोरांना लंगोट्या अडकावून या.''

या सूचनेवर लागोपाठ दोन रात्री आई आम्हाला पोटाशी धरून अंथरुणावर मुसमुसली. विचारलं, ''आई का ग रडतीस?''

तर रडतच म्हणायची, ''काही नाही रे! माझं अर्धं डोकंच बघ दुखायचं थांबत नाही.''

''मी रगडू का?''

''नको रे राजा, झोप!''

अखेर बैलगाडी जुंपून आम्ही औदुंबरला गेलो. पत्रिका छापल्या नाहीत. नातेवाइकांना पत्रं लिहिली नाहीत. फराळाचं केलं नाही. काही नाही! एक मोठा भाऊ कोल्हापूरला होता. एक भाऊ मोठ्या बहिणीजवळ शिकायला ठेवलेला – म्हसवडला होता. मावशी होती, काका होते, पण कुणालाच बोलावलं नाही.

आईला ठेवणीचं पातळ-चोळी होती. आबांचाही एक जांभळा रुमाल, जरीकाठी उपरणं, रेशमी कोट होताच. आम्हा दोघांना फक्त एक-एक शर्ट, चड्डी आणि जरीची टोपी एवढं घेतलं.

भल्या पहाटे निघालो. सगळ्या प्रवासात आई आपली उदास-उदास होती.

औदुंबरपाशी पोहोचलो आणि बघतो, तर कृष्णामाईला हा एवढा गढूळ लोंढा आलेला. पलीकडं गाडी जायची कशी?

गाडीवान म्हणाला, ''काका, आय रागात व्हातीया. जरा उतार पडू द्या. तोवर गाडी सोडतो मी. बैल गवतात हिंडवतो. तुम्ही लेकरास्नी खायला-पियाला द्या म्हनं!''

वडील आजूबाजूच्या रानात जाऊन चौकशी करून आले. पूर मध्यान रात्री आला होता. पाणी बरंच ओसरलं होतं तरी ओढ होती. धारेच्यामधी गुडघ्या-कमरेएवढं पाणी होतं.

एका दिवसात हरहर महादेव करून यायचं हा हिशेब चुकला तर अनेक प्रश्न उभे राहणार होते, म्हणून आबा काळजीत पडले.

हळद-कुंकू घेऊन आई नदीच्या काठाशी गेली. तिनं नव्या पाण्याची पूजा केली आणि हात जोडून म्हटलं, ''आई कृष्णाबाई, माझ्या पोरांच्या मुंजी आहेत आज. तुझी धर्माची लेक ग मी. मला अडवू नकोस.''

दिवस डोक्यावर येईपर्यंत थांबलो. पाण्याचा जोर बराच ओसरला पण गाडी

पलीकडं जाईल एवढा उतार पडला नाही. गाडीवान धोतराचा खोचा गुंडाळून धारेत उतरला. त्यानं अदमास घेतला. तरी मांड्यापर्यंत पाणी होतं.

म्हणाला, ''आजिबात भ्याचं न्हाई काकी! मी दोगादोगास्नी धरून पल्याड नेऊन सोडतो.''

तशात झिमझिम पाऊसही सुरू झाला.

आई म्हणाली, ''बाबारे दोघं दोघं नको! आम्ही चौघंजण हाताला हात धरून उतरतो धारेत. काय व्हायचं ते सगळ्यांचं एकदम होऊ दे!''

''काही होत न्हाई काकी! दत्तात्रेय हाय वर बसलेला. चला!''

गार पाण्यात उतरलो. धाकट्याला आबांनी पाठकुळी घेतला होता. सर्वांत पुढे गाडीवान. त्याचा हात धरून आबा, आबांचा हात धरून मी, माझा हात धरून आई.

धारेच्या मधे पोहोचलो. धावतं तांबडं पाणी डोळ्यांसमोरून सारखं गेल्यामुळे भोवळल्यासारखं होऊ लागलं. पाऊल लगेच उचललं नाही, तर खालची वाळू भुळूभुळू सुटून जायची. आता तोल जातोय असं वाटायचं.

आईचे सारखे झोक जात होते. पाणी गाजत होतं. आई म्हणत होती, ''राजा, बाबा, धडगत नाही रे आता!''

गाडीवान ओरडत होता... ''काकी धीर टाकू नका. मी पट्टीचा पवनारा गडी हाय! तुमाला पाठीवर टाकून पवत पलीकडं पोहोचवेन.''

पाऊस पडत होता. डोकी भिजत होती. आबा जिवाच्या करारानं पाणी रेटत होते.

– भिजून काला झालेलो आम्ही अखेरीला कोण रामभट होते, त्यांच्या ओसरीला जाऊन विसावलो. पत्र पाठवून आधी व्यवस्था केलीच होती. मुंजीचं कॉन्ट्रॅक्ट रामभटाकडे होतं.

पाऊस पडत होता. दिवसानं जणू डोळे मिटून घेतले होते. मग लुटीपुटीचा व्हावा तसा एवढासा नैवेद्याचा स्वयंपाक झाला. होमहवन झालं, मंत्र उच्चारले गेले. देवदेवक झालं. सोवळंओवळं झालं. आमची डोकी भादरून गोल घेरा आणि शेंड्या झाल्या. आम्हा दोघांना जानवी आणि लंगोट्या अडकविल्या गेल्या.

संपली मुंज!

परतीच्या प्रवासात आई सारखी टीका करीत होती – ''कसले मेले ते कंत्राटदार, लुटारू आहेत लुटारू! काही धड केलं नाही त्यांनी. समजूत घातली नुसती, पैसे तेवढे लाटले.''

पुढे काही वर्षांनी मला कळलं की, मुंजीचं सगळं कॉन्ट्रॅक्ट छत्तीस रुपयांचं होतं आणि घरात जी चार चांदीची भांडी होती, ती गहाण टाकून आबांनी सावकाराकडून

हे पैसे आणले होते.

आजोबांच्या दौलतीतून आलेली ही भांडी कधीतरी सोडवून आणू अशी उमेद आबांनी जन्मभर बाळगली. पण भांडी गेली ती गेलीच!

भांडी गेली आणि थोडा कळता होताच मी जानवं, शेंडी आणि लंगोटी टाकून दिली.

वयाला पस्तीस वर्षं उलटून गेल्यावर याच गावी व्याख्यानाला गेलो. श्रोत्यांमध्ये एक सावकारपुत्र होते. ते म्हणाले, ''उद्या सकाळी आमच्याकडे चहाला याल तर फार आनंद होईल.''

मी म्हणालो, ''येईन.''

सकाळी सावकार न्यायला आले. गावात त्याचं मोठं दुकान होतं. शिवाय किर्लोस्कर ऑईल इंजिन, शिलाई यंत्र असल्या काही एजन्सीही होत्या. वाडा मोठा प्रशस्त होता. सधन दिसले.

गावातली आणखी आठ-दहा प्रतिष्ठित मंडळी आली होती. खूप गप्पा झाल्या, जुन्या आठवणी निघाल्या. शेवटी सावकार म्हणाले, ''थोडं आत येता?''

मोठं देवघर होतं. सुबक पितळी मूर्ती, मोठ्यामोठ्या समया होत्या. तिथं पांढऱ्या कोऱ्या रुमालात बांधून काही जिन्नस सावकारांनी हाती दिला.

''माझी वाचकाची अल्पशी भेट स्वीकारा –'' म्हणून वाकून नमस्कार केला.

काय आहे म्हणून मी रुमाल सोडून पाहिलं. वडिलांनी अनेक वर्षांपूर्वी गहाण टाकलेली चांदीची भांडी होती. एक ताम्हण, दोन पंचपात्री, अत्तरदाणी, एक मोठी वाटी.

सावकार म्हणाले, ''तुमचे वडील, माझे वडील दोघंही गेले. ही भांडी त्यावरची नावं वाचून मी सांभाळली होती. आज ती तुम्हाला द्यायचा योग आला. प्रत्यक्ष भेट घेऊन तुम्हाला द्यावी अशी फार इच्छा होती कधीची.''

मी काय बोलणार?

लग्न केलं की, तिथं सगळं संपत नाही. एक एक काडी जमवून घरटं बांधावं लागतं. ते अंगाला खुपू नये म्हणून तळाशी काही मऊ, ऊबदार अस्तर घालावं लागतं. एवढंसं पोट भरण्यासाठी, थेंबभर पाणी पिण्यासाठी दोघांना दोन्ही दिशांना भटकावं लागतं, दिवस मावळायच्या आत अपघात, मारेकरी, भक्षक यांना चुकवत चुकवत घरट्याकडे परतायचं असतं.

एक दिवस संपला की दुसरा उगवतोच. रोज उठून हे करावं लागतं. चरितार्थ चालविण्यासाठी मनापासून काही उद्योग मी आजवर कधी केलेलाच नव्हता. त्यावर

गंभीरपणे कधी विचारही केला नव्हता. ज्यावर दिडक्या मिळविता येतील असं काही माझ्यापाशी नव्हतं. कोणतीही पदवी नव्हती, कारागिरी नव्हती. येतं म्हणण्याजोगं माझ्यापाशी काय होतं? मला चार रेघोट्या ओढता येत होत्या, दोन अक्षरं लिहिता येत होती, पण यातलंही कौशल्य मी मिळवलेलं नव्हतं. माझं ज्ञान अगदी प्राथमिक होतं.

या तुटपुंज्या सामग्रीनिशी जेव्हा मी मुंबईसारख्या अफाट शहरात आलो तेव्हा भांबावून गेलो. मित्राच्या खोलीवर मी दिवसाचा बराच वेळ झोपून काढी आणि तो यायची वेळ झाली म्हणजे तोंड चुकविण्यासाठी बाहेर पडे. बाहेर म्हणजे तरी कुठं जायचं आणि काय करायचं? मी सार्वजनिक बागेत जाऊन बसे. फुटपाथवर बसलेल्या विक्रेत्यांपुढची जुनी पुस्तकं चाळण्यात वेळ घालवत असे. एखादं नाणं जवळ असलं, तर ट्राममध्ये चढून फोर्टमध्ये जात असे आणि दुकानं बघून दमलो म्हणजे पुन्हा दादरला परत येणाऱ्या ट्राममध्ये चढत असे.

अशा एका परतीच्या ट्राममध्ये मला माझा गाववाला दामू भेटला. त्याला बघून मी चकित झालो आणि मला बघून तो चकित झाला. गावात मी ज्याला म्हैस राखताना, मोट हाकताना पाहिला होता, तो दामू मुंबईला येऊन ट्राम कंडक्टर कधी झाला?

तिकीटांच्या डबड्याचं ओझं सावरत तो माझ्यापाशी येत म्हणाला, ''अरे राजा, तू?''

''हो, मीच!''

''उठू नकोस, पुन्हा जागा नाही मिळायची. कधी आलास?''

''तीन-चार दिवस झाले.''

''उतरलायस कुणाकडं?''

''मित्राकडं!''

''मग घरी ये की! अगदी सोपा पत्ता आहे. आई आलीय, तिची गाठ पडंल. केव्हा येतोस?''

मला काही उत्साह नव्हता. हे सगळे जवळचे भाऊबंदातले लोक. त्यांनी चौकशी केली तर अभिमानानं सांगावं असं काय होतं माझ्यापाशी?

''उतरणार आहेस कुठं?''

''दादरला.''

''आता माझी ड्युटी आहे, नाहीतर तुला आत्ताच घरी नेला असता.''

मला बघून तो फारच हरकला होता. साहजिकच आहे, कितीही झालं तरी बालपणी आम्ही दोघं गाई-म्हशीमागं हिंडता-हिंडता चवळीच्या आणि मुगाच्या शेंगांनी चड्डीचे खिसे भरले होते आणि पडीक रानात गुरं चरायला लावून इतर गुराखी

पोरांबरोबर सूरपारंब्या खेळलो होतो.

ड्युटीत अडकल्यामुळे दामूनं मला सोडलं. मीही आनंदानं ट्राममधून उतरून गर्दीत मिसळलो. मुंबईसारख्या अफाट शहरात आपल्या लहानशा गावातला, आपल्या भाऊबंदांपैकी एक दामू ट्राम कंडक्टरच्या रूपानं आपल्याला भेटावा ही किती भयप्रद घटना होती.

पुढं बरेच दिवस मी ट्राममध्ये पाय ठेवला नाही.

लग्नाची बातमी गुप्त राहिलीच नाही. मोठ्या बहिणीनं भिऊन आईला पत्र लिहिलं. आईनं माझ्या मोठ्या भावाकडे जाऊन कपाळ बडवून घेतलं. गजघाट वाजावी तसा सर्वत्र बोभाटा झाला. सर्वांनी आम्हाला टाकून दिलं. केल्या कर्माची फळं उघडपणानं भोगायला आम्ही मोकळे झालो.

दादरबाजारातनं हिंडताना अचानक दामू पुन्हा भेटला. तो ड्युटीवर नव्हता. टोपणाच्या खिशांचा खाकी कोट आणि तुमान, डोईवर खाकीच पण काळ्या पाख्याची टोपी असला पोशाख त्याच्या अंगावर नव्हता. चार माणसांप्रमाणे घामेजलेला शर्ट आणि पुंगळी झालेली तुमानच त्याच्या अंगावर होती.

फार आनंदून म्हणाला, ''आता चल घरी! पलीकडंच आहे –'' आणि माझ्या बरोबर चालणाऱ्या स्त्रीकडे संशयखोरपणे पाहिलं.

मग मला ओळख करून द्यावी लागली – ''दामू, ही माझी बायको, बरं का!''

''अरे?''

दामू तोंड उघडून बघतच राहिला. मग म्हणाला, ''खरं सांगतोस? आन् कधी?''

''नुकतंच! तुला कळायचा संभव नाही. कुणालाच कळवलं नाही.''

एकदम ज्ञानाचा प्रकाश दिसावा तसा चेहरा करून दामू म्हणाला, ''लव्हमॅरेज?''

''बरोबर!''

''मग तर तुला घरी आलंच पाहिजे.''

संकट कधी एकटं येत नाही. आपली पिलावळ घेऊन येतं.

दामूच्या विधवा आईनं, गळ्यात काळी पोत घातलेल्या माझ्या बायकोकडे, काही भाडभीड न ठेवता बघून घेतलं आणि हनुवटीला बोट लावून उद्गार काढला, ''तुझ्याच वयाची दिसते, मोठीच असंल वर्सा-दोन वर्सानं! जाती-गोताची तरी आहे का?''

मी कसाबसा चहा संपवला आणि निघालो, तर मला बाजूला घेऊन दामू म्हणाला, ''नोकरी पायजेल असली तर सांग रे बाबा. आमचे मेव्हणे रेशनिंगमध्ये

मोठ्या हुद्द्यावर आहेत. त्यांनीच मला बेस्टमध्ये लावलं.''

त्याच वेळी आतून आई मला ऐकू येईल एवढ्या आवाजात स्वत:शी बोललेली मी ऐकलं.

हा सहजोद्‌गार होता, 'काय म्हणतात ना, शालीला घोंगड्याचं ठिगळ!''

होस्टेलमध्ये राहायला लागून मला आता तीन महिने झाले होते. कोणी रेक्टरकडे चहाडी केली, तर मोठीच आफत होणार होती.

सामंत तरी माझा कोण लागत होता? मी चार बऱ्या लघुकथा लिहिल्या होत्या आणि तो संपादन करीत होता त्या मासिकात त्या आल्या होत्या. त्या निमित्तानं थोडाफार पत्रव्यवहार झाला होता. त्याचं माझं नातं एवढंच.

तो नोकरी करीत होता. स्वत: एम.ए.चं शेवटचं वर्ष करीत होता. सावत्र भावंडांना शिक्षणात मदत करीत होता आणि मला रोज आपल्याबरोबर जेवायला नेत होता. चहाच्या वेळी ''चल रे, चहा पिऊन वर विडी ओढून येऊ चल!'' असं म्हणून मला नेत होता. मधूनच कधी, एखादी रुपयाची नोट मला देऊन म्हणत होता, ''हे ठेव! लागतात.''

– आणि मी काही करीत नव्हतो. आळशासारखा झोपत होतो आणि गाढवासारखा भटकत होतो.

कधीतरी तो गंभीर स्वरात सुचवायचा, ''अरे काहीही लिही. मला माहीत आहे, असं लिहू म्हणून लिहिता येत नाही. पण प्रयत्न कर. तुलाच बरं वाटेल, काही लिहून झालं म्हणजे बघ.''

मला काही सुचत नव्हतं.

दामूकडून जाऊन आल्यानंतर काही दिवसांनी मी त्याला म्हणालो, ''सामंत, मी नोकरी करतो.''

रात्रीची वेळ होती. हा निऱ्या पायावर लोळणारं आखूड धोतर नेसून उघडाच कॉटवर पडून वाचत होता. पुस्तकावरची नजर न काढता म्हणाला, ''कसली?''

''कंडक्टरची!''

''काय?''

''बेस्ट कंपनीत लावून देतो म्हणालेत एकजण.''

तसा हा उठून बसला. पुस्तक मिटून ठेवलं. काही क्षण माझ्याकडे बघत राहिला. त्याच्या चेहऱ्यावर मला वेदना जाणवली. 'भोसडीच्या' अशी सुरुवात करून हा मला काहीतरी ऐकविणार असं वाटलं.

पण तसं झालं नाही. मऊ आवाजात सामंत मला म्हणाला, ''चल, शर्ट घाल. कोपऱ्यावरच्या इराण्याकडे जाऊन चहा पिऊ.'' त्याच्या आवाजात मला कधी नव्हे

तो कंपही जाणवला.

नप्पू रोडचा सबंध फुटपाथ संपला. दादर स्टेशनसमोर, कोपऱ्यावरचं इराण्याचं हॉटेल आलं. बसलो. चहा संपला. दोघांनी विड्या ओढल्या.

मग हा मला शांतपणानं म्हणाला, ''राजा! अरे वेड्या, ही मुंबई म्हणजे गरिबाचं मायपोटच आहे. इथं देशाच्या कानाकोपऱ्यातून कंगाल लोक येतात. फूटपाथवर झोपतात, डबलरोटी, उसळ-पाव खातात. हमाली करतात. कारण करण्याजोगं दुसरं काही त्यांच्यापाशी नसतं. शारीरिक कष्ट करणं एवढंच त्यांना जमण्यासारखं असतं. तुझ्यापाशी दुसरं काही नाही का? झालास तर तू कंडक्टरच होशील. आणखी काही होणार नाहीस असं तुला वाटतं का?''

''मला दुसरं काही करता येत नाही.''

''मग काही करू नकोस. जाऊ दे काही काळ! सावरायला काही काळ जावा लागतोच. अरे, आजचं दु:ख हेच उद्याचं भांडवल असतं तुझ्यासारख्याच्या बाबतीत. मानवी दु:खाचे माणिकमोती फक्त लेखकाची प्रतिभाच करते मित्रा!''

माझ्या मनात आलं, आजवर मी चित्रकार होण्यासाठी धडपडलो; झालो नाही. लेखक तरी मी आहे का?''

– आणि मानवी दु:खाच्या त्या माणिकमोत्यांची नाण्यात किंमत किती?

पण हे प्रश्न मी सामंताला विचारले नाहीत.

फरशीवरच्या चटईवर पडलो. सामंतानं दिवा मालवला. पलीकडे असलेल्या दादर स्टेशनवर लोकल धडधडली.

बराच वेळ मी चटईवर उलथापालथा होत होतो. झोप केव्हातरी मध्यान रात्री लागली.

■

तीन

कुणीकडून कशी चक्रं फिरली मला ठाऊक नाही, पण पहिलवान मामांनी सिमेंटच्या चाळीतली आपली खोली उदार अंत:करणानं रिकामी केली. आम्हाला खोली मिळाली.

ही अजस्त्र चाळ म्हणजे वारूळ होतं. सकाळ झाली की, कामकरी वाळवीची रांग बाहेर पडे, संध्याकाळी अन्न मिळवून परत येई. इथली गलेलठ्ठ राणी म्हणजे चाळीचा भैय्या होता. सगळे त्याला खूश ठेवण्याचा प्रयत्न करीत. इथं आयत्या बिळातले नागोबा होते, वारुळाच्या भोवतीभोवती हिंडून वाळव्यांनाच गट्ट करणाऱ्या ओंगळ घोरपडी होत्या.

आम्ही राहायला आलो तेव्हा खोली धर्मशाळेसारखी रिकामी होती. भिंतीवर ढेकणांच्या रक्ताचे डाग होते. दोन पितळ्या, तीन पातेली, तांब्या, एखादा पेला, शेगडी, रिकामी डबडी, बाटल्या आणि एक जुनी चटई याशिवाय खोलीत काही मालमत्ता नव्हती.

बायको म्हणाली, ''अगदी जरुरीपुरत्या चार वस्तू तरी आणल्या पाहिजेत.''

''आपलं अगदी अडेल अशी वस्तू कोणती?''

''कोळसे! पण ते खालच्या दुकानातून उधार मिळतील. रेशन दुकानातून! त्यासाठी मात्र रोख पैसे लागतात. एक झाडू आणला पाहिजे. प्यायचं पाणी भरायला माठ, आणि तुमच्यासाठी एक धोतरजोडी, दोन अंगरखे.''

मोठीच यादी होती. कुठून तरी थोडेसे पैसे आणणं जरुरीचं होतं. कुठून बरं?

सामंतनं माझ्यासाठी रेल्वेपास काढून दिला होता. दादर ते चर्नी रोडला केव्हाही जाता येत होतं. 'आलोच', म्हणून मी निघालो ते लोकलनं थेट गिरगावला आलो.

उभा बोळ, पुन्हा आडवा बोळ. लगेच छपाई मशीन्सचा आवाज. शाई कागदाचा वास. जिना चढून प्रेसच्या वरच्या मजल्यावर जायचं. इथं सामंताचं एक दैनिक, एक साप्ताहिक आणि एक मासिक निघायचं.

इथं मला केव्हाही येऊन बसायची मोकळीक होती. बसायला एक खुर्ची, लिहायला टेबल, पाठकोरे कागद, पेन्सिल, वर हवेसाठी पंखा. मनमुराद लिहावं.

मी फार मोठी हिंमत करून मालकांच्या समोरच्या खुर्चीवर बसलो. मालक सामंताचे मित्रच होते. डोक्यावर स्वच्छ पांढरी खादी टोपी, अंगात अर्ध्या बाह्यांचा पांढरा शर्ट आणि काचा मारून नेसलेलं धोतर असा वेष. चेहऱ्यावर प्रसन्नतेचा हात; पावडरच्या हातासारखा हलकेच फिरलेला.

येताना ठरवून आलो होतो की, हिंमत करून आज लेखनाची काही कल्पना सांगायची आणि म्हणायचं की, मला खोली मिळालीय. काही गरजेच्या गोष्टी विकत आणायच्यात. पैसे हवेत. पण हे प्रत्यक्षात बोलणं फारच अवघड आहे, हे मला कळून आलं.

मग मी इकडच्या तिकडच्या गोष्टी बोललो. आमच्या वाडीची माणसं, त्यांचा बेरकीपणा, घडणाऱ्या गोष्टी, गावावर होणारे परिणाम... सगळं ऐकता ऐकता मालक म्हणत होते, "हे विलक्षण आहे. हे तुम्ही लिहित का नाही? लिहा! आपण चित्रं घालून प्रत्येक आठवड्याला, मधल्या पानावर छापू."

भेटायला लोक आले, गेले. प्रुफं वाचायला आली ती मालकांनी नजर टाकून दिली. मग दुपारचा चहा आला म्हणजे तीन वाजले. तरीही मला काही बोलायची हिंमत झाली नाही. असं विचारणं मला संकोचाचं, अवघड, थोडंसं अपमानास्पदही वाटत होतं. आजूबाजूला अनेक लोक होते.

मग मी कागदाच्या कपट्यावर मजकूर लिहिला – "मला काही पैशांची फार जरुरी आहे. द्याल तर मी ते लिहून फेडेन."

आणि हळूच चिठ्ठी मालकांच्यासमोर सारली. त्यांनी पाहिली. गंभीर झाले. म्हणाले, "अरे, सकाळी अकरापासून आपण बोलतोय, मला हे सांगायचं नाही का? किती हवेत, शंभर पुरेत?"

शंभर! माझ्या अपेक्षेच्या मानानं ही फारच मोठी रक्कम होती. मग ते स्वतः उठून गेले. शंभर रुपये घेऊन आले. ते मला देऊन म्हणाले, "याचा आणि लेखनाचा काही संबंध डोक्यात ठेवू नका – याच्यासाठी लिहिलं पाहिजे वगैरे."

घोडेस्वार भरधाव घोडा दौडवत येतो तसा मी लोकलनं परत दादरला आलो आणि बायकोला शंभर रुपये देऊन म्हणालो, "कोळसे, रेशन, झाडू वगैरे सगळं आणूयाच, पण त्याआधी बसायला एक सतरंजी आणू या, शिवाय एक वही आणि

पेन्सिल. कारण सुचलं तर मी इथंही लिहिन.''

मग जेव्हा-जेव्हा वेळ मिळेल तेव्हा-तेव्हा मी कासवासारखा आठवणींच्या डोहात पार तळाशी जाऊन बसू लागलो – तिथं मला गावकऱ्यांकडून अपघाती मरण येऊन देवस्थान झालेला वानर दिसला. भुताचा पदर मिळाल्यामुळे गब्बर झालेला नाना दिसला. विलायती कोंबड्या पाळणारा पाटील दिसला. या सगळ्यांना मी शब्दरूप दिलं. आठवड्याला एक अशी गोष्ट छापून येऊ लागली आणि वाचक खूश झाले.

साप्ताहिकाकडून मी घेतलेलं शंभर रुपये कर्ज फिटून गेलं.

मुंबईचे रस्ते कधीही मोकळे नसत, मुंबईच्या लोकलगाड्या कधीही मोकळ्या नसत. मुंबईतल्या बागा आणि चौपाट्या कधीही मोकळ्या नसत. आमच्या चाळीचा जिनाही कधी मोकळा नसे. पायथ्यापासून शिखरापर्यंत माणसं भेटत. काहींचं तर बिऱ्हाडच जिन्यात असे. अनेकांची गुंडाळलेली अंथरुणं जिन्यातच ठेवलेली असत. एक जिना, दुसरा जिना यात जी जागा असे तिच्यात रात्रपाळी करून आलेली माणसं उघडीवाघडी झोपलेली दिसत. जागोजाग पोरं खेळत असत. बायका रेशन निवडत बसलेल्या दिसत.

मी जिना संपवून गॅलरीकडे वळलो की, पहिली खोली डॉक्टरांची होती. प्रचंड लोंबतं पोट असलेले डॉक्टर सदोदित उघडे वावरत. हे वाणानं आणि अंगानं दगडाच्या खाणीत शोभले असते. पण त्यांचा दवाखाना होता आणि तो छान चालत असे. गरमी, परमा, मूळव्याध आणि भगंदर असलेल्या आजारावर म्हणे त्यांच्यापाशी हमखास गुण देणारी जडीबुट्टी होती. रस्त्याकडे दार असलेल्या खोलीत त्यांचा दवाखाना होता. म्हणजे ते दोन्हीही रुमचे मालक होते. त्या पलीकडे एक गुजराथी कुटुंब होतं. त्यांचं खाली वाणसामानाचं दुकान होतं. म्हातारी गुजराथीण जाड चाळिशी लावून येणाऱ्या-जाणाऱ्यांकडे बघत नेमकी गॅलरीत बसलेली असे.

'वाट सोडा', असं म्हटलेलं तिला ऐकू येत नसे. तोंड उघडं ठेवून ती आपल्याकडे बघतच राही. मग आतलं एखादं पोर, सून येऊन तिला हातानंच आत ओढून घेई. जाणाऱ्याचा रस्ता मोकळा होई. त्याच्या पलीकडे एक बालविधवा शाळा मास्तरीण होत्या. त्यांच्या खोलीचं दार किंवा खिडकी क्वचित उघडी असे. दारावरच्या शटरला सुद्धा काळे कागद लावलेले होते. या बाई आपल्या अंगाला कुणाचा स्पर्श होईल या भीतीनं सारख्या अंग संकोचून असत. सगळं जग आपल्याला भ्रष्ट करायला टपलंय अशीही भीती त्यांना सारखी वाटत असे. त्या आता चाळिशीच्या पार गेल्या होत्या. कुणाचं लक्ष वेधेल असं काहीही त्यांच्यापाशी

नव्हतं. पण त्या सर्वांपासून जपून राहत.

त्या पलीकडच्या खोलीत एक मेकअप-मास्तर राहत. ते नेहमी झोपलेले दिसत. जेव्हा झोपलेले नसत, तेव्हा लोखंडी खुर्ची गॅलरीत टाकून विडी ओढत असत.

हे झालं आतल्या बाजूचं. रस्त्याकडच्या बाजूला जे जग होतं, त्याचा माझा कधी परिचयच झाला नाही.

माझ्या मधल्या दारापलीकडे एक अबोल गृहस्थ राहत. ते एकटेच होते. त्यांच्याकडे कधी कोणी आलं-गेलेलं मी पाहिलं नाही. हे सदा खाली मान घालून गंभीर चेहऱ्यानं चालत आणि मधेच कुठेतरी बघून स्मित करत. लहान बाळाला झोपेत सटवाई हसवते तसं त्यांचं हसणं वाटे. हे म्हणे कोणत्या तरी वृत्तपत्राच्या कचेरीत काम करीत असत.

चाळीतल्या टारगट पोरांनी त्यांना एकवार मारलं. रात्री बारा-एकच्या पुढं गॅलरीत आरडाओरडा, धावपळ ऐकू आली. दारूभट्टीवर छापा आला असावा म्हणून मी दार उघडून चौकशी करण्याच्या भानगडीत पडलो नाही.

सकाळी मला कळलं, जिन्यातल्या रिकाम्या जागेत पत्ते कुटत बसलेल्या पोरांना मी दटावून विचारलं, तेव्हा बिथरल्या आवाजात उत्तर मिळालं, "तो चावट मानूस हाय. रात्री कमरंला काई न घालता, भोंगळाच्या भोंगळा संडासकडं जातो-येतो. हे काय वागनं झालं का?"

शेजारधर्म होता म्हणून मी पत्रकारबंधूंच्या खोलीत जाऊन परामर्श घेतला. ते फार व्यथित दिसले. मी म्हणालो, "खरं काही कळलं नाही मला. पण तुमची काळजी वाटली म्हणून भेटायला आलो." तर म्हणाले, "अहो काय करू? मला अंडरपॅन्ट नाहीत. विकत आणायच्या तर पैसे नाहीत. रात्री केव्हातरी जाग येते. एक पॅन्ट आहे ती नीट घडी घालून ठेवलेली असते. तेवढ्यासाठी ती काढून घालून जाण्याचा कंटाळा येतो. मग शर्ट असतोच अंगात, रात्री कोण बघतंय म्हणून गेलो तर ही दारूभट्टी लावणारी पोरं – त्यांनी बघितलं आणि भरवस्तीत असा हिंडतोस म्हणून तडाखे दिले."

"फार मारलं का?"

"चार टोले दिले हातानंच, पण आपल्याला काय सवय असते काय? शिवाय अपमानानं रडू येतं हो! आपण कुणाच्या अध्यात ना मध्यात!"

मला वाटलं, या जगात एक माणूस हा दुसऱ्याचा वैरीच असतो. आक्रमण त्याच्या रक्तातच आहे आणि तुम्ही काही म्हणा, जगणं हा सततचा संघर्ष आहे. संघर्षाला अंत नाही. बंधुभाव, मानवता वगैरे सगळं फार वरवरचं आहे. अंती सत्याचाच विजय होतो, हे जसं सत्याला प्रतिष्ठा मिळावी म्हणून म्हणायचं वाक्य आहे, तसंच हे. माणसानं

माणसाशी प्रेमानं वागावं हे माणसाला प्रतिष्ठा मिळावी म्हणून केलेलं एक वाक्य!

सामंताच्या संपादनाखाली निघणाऱ्या साप्ताहिकात आठवड्याला एक याप्रमाणे माझ्या गोष्टी झाल्या आणि चार लोक मला ओळखू लागले. मलाही थोडा धीर आला. आपण काही करू शकतो असा थोडाफार विश्वास वाटू लागला.

या साप्ताहिकाच्या कचेरीत मला मोठे-मोठे लोक भेटत. कधी मोठे कवी, कधी चित्रकार, कधी नाटककार, तर कधी चित्रपटाचे नामवंत असे दिग्दर्शक.

एकदा दिनकरराव भेटले. ते फार कमी बोलत. सदा विचारात मग्न असल्यासारखा त्यांचा चेहरा होता. हे चांगले ख्यातनाम होते.

संपादकांनी माझी ओळख करून दिल्यावर ते धाडकन मला म्हणाले, ''चित्रपट लिहाल का?''

मी क्षणभर गप्प झालो. चित्रपट लेखनाचा मला काहीच अनुभव नव्हता.

ते म्हणाले, ''तुमच्या लेखनात तो गुण आहे. मन:पूर्वक प्रयत्न कराल, तर लिहू शकाल.''

''मी प्रयत्न करेन.''

''मग उद्या संध्याकाळी सहा वाजता माझ्याकडं या.''

मी मान हलविली.

ते नेहमी घाईनं येत आहेत आणि घाईनं कुठेतरी निघून जात. तसे गेले. उज्ज्वल वाटलं. कधी एकदा रात्र संपते, कधी उजाडतं, कधी दिवस संपतो आणि कधी पाच वाजतात असं मला झालं.

दुसऱ्या दिवशी स्वच्छ अंगरखा आणि धोतर नेसून, बस घेतली आणि वरळीला समुद्रकाठी असलेल्या त्यांच्या प्लॅटवर गेलो.

कुठे आमची भिकार चाळ आणि कुठं ही आलिशान, भव्य इमारत. जिना चढतानाच मला शिजल्या मटणमुर्गीचा सुरेख वास आला. त्यानं सुखावून मी तीन जिने पार करून वर गेलो. दारावरची पाटी वाचली आणि बेल दाबली.

नोकरानं दार उघडलं. मी नाव सांगितलं.

''या, या!'' असा आवाज आतून ऐकला.

मी अदबीनं नमस्कार करून मऊ कोचावर संकोचल्यासारखा बसलो.

कपाळावरचे केस मागं सारून दिनकरराव विचारमग्न चेहऱ्यानं कुठंतरी पाहत म्हणाले, ''ही कथा, राजगोपाळाचारींची आहे. तुम्हाला परिचित अशा खेडूत वातावरणातीलच आहे. तशी लहान नाही. मोठी आहे. जवळ जवळ दीर्घकथाच. मला वाटतं, पहिल्यांदा तुम्ही कथा वाचा आणि मग आपण बोलू. मला वाटतं की, या कथेवरून उत्तम चित्रपट होईल. सगळ्या शक्यता आहेत तिच्यात.''

मग त्यांनी मला एखादी दीर्घकथा ही कादंबरीपेक्षा चित्रपटाला अधिक सोयीस्कर कशी असते, तिचा विस्तार करताना आपण दृश्यांचा विस्तार कशा परीनं करावा लागतो, एकूण किती दृश्यं असावी लागतात आणि त्याची रचना कशी असावी लागते हे सर्व सांगितलं.

त्यांच्या तोंडून हे विवेचन ऐकणं, हा एक विशेष अनुभव होता. मी लक्षपूर्वक सगळं ऐकलं आणि प्रभावित झालो.

सुमारे तासभर बोलणं झाल्यावर त्यांनी मला एक इंग्रजी कथांचं पुस्तक काढून दिलं आणि म्हणाले, ''बरं आहे, भेटू या उद्या! संध्याकाळी याच वेळेला!''

मी परतीची बस पकडली आणि दादरला परत आलो. सुमारे पंधरा दिवस आम्ही चर्चा करीत होतो. मी काही लिहित होतो, ते बघून सूचना करीत होतो. मी पुन्हा लिहीत होतो. जाण्या-येण्याचा खर्च फार होत होता.

व्यवहारज्ञान हे पुरुषांपेक्षा बायकांना बहुधा जास्ती असावं. माझ्या बायकोनं एके दिवशी जाहीर करून टाकलं, ''मला ही तुमची फिल्मस्टोरी काही खरी वाटत नाही. बससाठी रोज किती खर्च होतोय! आणि तो कशासाठी करायचा?''

मी म्हणालो, ''हा भांडवली खर्च समजायचा.''

''पण भांडवली खर्चाला तरी काही आहे का आपल्याजवळ? आणि पिक्चर जर ते काढणार तर जाण्यायेण्याची सोय त्यांनी नको का करायला? तुम्ही विचारत का नाही त्यांना?''

''काय?''

''या कामाबद्दल मला काय मिळणार आहे. ते म्हणाले, अमुक तर म्हणावं काही ॲडव्हान्स द्या.''

''बरं!''

''लक्षात राहावं म्हणून आज, फक्त जाताना लागतात तेवढेच पैसे घेऊन जा. येताना त्यांच्या पैशानं या.''

मी गेलो. चर्चा झाली.

''बराय! मग भेटू या उद्या संध्याकाळी.''

ऐनवेळी माझ्या अवसानानं दगा दिला. एवढ्या मोठ्या लेखकाला, दिग्दर्शकाला 'याबद्दल मला काय मिळणार आहे?' हे कसं विचारायचं?

माझं काम सुरेख झालं तर ते आपणहूनच म्हणतील की, हे तुमचं कॉन्ट्रॅक्ट आणि हा ॲडव्हान्स, सह्या करा!

जिना उतरून मी खाली आलो आणि त्या उदास संध्याकाळी पायपीट करीत वरळी सी-फेसपासून दादर स्टेशनपर्यंत आलो. घरी पोहोचलो.

भाड्याच्या पैशाअभावी पुढे मला काही दिवस पायीच जाऊन पायी परत यावं लागलं. एकूण महिना गेला.

मी दुपारी जेवलो होतो. भूक लागली होती. पायी चालायचा मनस्वी कंटाळा आला होता. कुठे वरळी सी-फेस, कुठे व्हिन्सेंट रोड! चहा घेईन आणि एक सिगरेट ओढीन म्हटलं तरीही जवळ दिडक्या नव्हत्या.

अशा अवस्थेत मेंदू फार तल्लख होतो. आपल्याजवळ विकण्यासारखी काय वस्तू आहे याचा विचार माणसाच्या मनात अशा वेळीच येतो. हातोहात विकता येईल असं काही माझ्यापाशी नव्हतं. गळ्यात साखळी नव्हती. बोटात अंगठी नव्हती. माझी गरज फार नव्हती. फक्त चार आणे! नाही म्हणायला लिहिलेले कागद नेण्यासाठी मी एक दिवाळी अंक नेला होता. वाचनाची आवड आहे अशा एखाद्या माणसाला थांबवून हा अंक द्यावा आणि बसपुरते पैसे द्या असं म्हणावं! काय हरकत आहे? चारजणं नाही म्हणतील, पण एखादा तरी असा कोणी भेटेल की, 'ठीक आहे. हा ताजा, नवा, नामवंत साहित्यिकांच्या मूल्यवान साहित्यानं भरगच्च असा अंक वाचण्यात माझे दोन तास आनंदाचे जातील', असं म्हणून हा अंक घेऊन मला बसपुरते पैसे देईल.

मग मी जाणा-येणारी माणसं निरखू लागलो. चेहरा, पोशाख, वहाणा, चालण्याची पद्धत यावरून अंदाज बांधू लागलो.

बरीच पादचारी माणसं सांपत्तिक स्थितीनं माझ्यासारखीच वाटली. एखादा-दुसरा बरा वाटला तरी त्याचं नेसणं, रंग, केसांचं वळण यावरून मला वाटे की, हा मराठी नाही, परभाषिक आहे. हा एक आहे. पण याच्या एकूण चेहऱ्यावरून याला वाचनाची, साहित्य-वाचनाची वगैरे आवड असेल की नाही याची शंकाच आहे. बायका तर कटापच. कितीही बरी बाई दिसली तरी तिला थांबवून बोलण्याआधी ती काय ओरडा करेल हे कुणी सांगावं? पोरसवदा तरुण काही कामाचे नाहीत. त्यांच्यापाशी सहानुभूती, समज वगैरे गोष्टी आढळणं कठीणच.

पारशी दिसतो हा! छे! काही उपयोगाचा नाही. हा? लेकाचा भय्या तर आहे. बाकी चांगले लोक पायी कशाला चालतील? ते बसनं जाणार. कोण असा मला सज्जन माणूस भेटणार?

असं लोकनिरीक्षण करीत करीत मी बराच रस्ता काटला आणि मग म्हणालो, बॉम्बे लॅब तर आली. आता काय, गोल देऊळ, दादर बी. बी. पूल ओलांडायचा. मधला रस्ता पार केला की चाळच! आणि दमूनभागून घरी पोहोचलो.

दुसऱ्या दिवशी मी चर्चेला गेलो नाही.

सात-आठ दिवस गेले. दिनकररावांचा काही निरोप, पत्रही आलं नाही. मी समजलो. तेही समजले असतीलच!

त्यांनी मला आवर्जून बोलावून घ्यावं, कसं कोणतं कर्तृत्व मी दाखवलं होतं?

■

चार

मुंबई हे गरिबांचं 'मायपोट' हे खरंच. पण माझ्यासारख्या अशिक्षिताची ती शाळाही होती. मी एक-एक धडा शिकत होतो.

मला एकवार ऑल इंडिया रेडिओचं बोलावणं आलं. क्वीन्स रोडला मोठं ऑफिस होतं. स्मार्ट दिसणारी, स्मार्ट पोशाखातली तरुण माणसं इकडून तिकडे घाईघाईनं जात-येत होती. सुंदर चेहऱ्याच्या आणि भारी भारी साड्या नेसलेल्या मुली जागोजाग भेटत होत्या. सरकारी कचेरीची कळकट कळा कुठंही नव्हती. सगळीकडे चकचकीत, लखलखीत वातावरणं होतं. 'रुरल प्रोग्रॅम्स' अशी पाटी असलेल्या खोलीत मी गेलो. सुंदर निळसर शर्ट आणि तांबडा टाय लावलेले हसतमुख अधिकारी होते.

मी पत्र दाखवलं.

"तुम्हीच का ते?" ते म्हणाले.

"हो, मीच तो."

"छान लिहिता! आवडलं मला! आमच्याकडे, खेडुतांसाठी एक कार्यक्रम असतो. त्यात 'आबांची चंची', असं एक सदर असतं आठवड्याला. पंधरा मिनिटांचं. नेहमीची पात्रं असतात आणि हलकाफुलका असा गप्पांचा कार्यक्रम असतो. जाता-जाता त्यात काही माहिती आली. शेती, शिक्षण, जनावरं, पाऊसकाळ, सामाजिक जीवनातील प्रश्न. तीन महिने लिहिणं शक्य होईल का? वेळ होईल का?"

“होईल.”

“मग लिहा! मी तुम्हाला दोन दिवसांत, तीन महिन्यांची कॉन्ट्रॅक्ट्स पाठवून देतो. आमची फी मात्र फार आकर्षक नाही हं! प्रत्येक कार्यक्रमाचे रुपये पंधरा फक्त!”

“चालेल! मी जाऊ का आता?”

“थँक्स!”

अधिकारी लिफ्टपर्यंत पोहोचवायला आले.

तेवढ्यात मागून घाईनं कोणी ढोलक्या आला. मलमली अंगरखा. मानेवर असलेले केस. अत्तराचा सुवास. काखेला ढोलकी. टायवाल्या अधिकाऱ्यांनी माझी ओळख करून दिली.

“हे फार प्रसिद्ध तमासगीर आहेत. रामा नामा खुडे. छान वाजवितात. आवाज उत्तम आहे. पठ्ठे बापूच्या लावण्या, झगडे म्हणतात.”

आकाशवाणीच्या इमारतीतून बाहेर पडून काही वेळ आम्ही बोलत गेलो. रामा नामा म्हणाले, “चला, चहा पिऊ.”

आम्ही एका इराण्याच्या हॉटेलमध्ये जाऊन चहा प्यायलो. हे निरोप घेताना म्हणाले, “आम्ही तिकडं डिलायल रोडला ऱ्हातो, पत्र्याच्या चाळंत. या कधीबी. जुनी बाडं पुष्कळ हायती माज्यापाशी.”

या तमासगिराचा मला पुढं मोठा उपयोग होणार आहे, याची अंधूक कल्पनासुद्धा आली नाही.

प्रत्येक आठवड्याला मी ‘आबांची चंची’ लिहू लागलो. आठवड्याला पंधरा रुपये मिळू लागले. रेशनचा प्रश्न सुटला.

पण केवळ रेशन हाच काही माणसापुढचा एकमेव प्रश्न नसतो. माझ्यासमोर कितीतरी लहानसहान प्रश्न उभे राहत आणि त्या सर्वांचं उत्तर हाती थोडेफार पैसे असल्याशिवाय देता येणार नाही, ही जाणीव होताच मी भांबावून जाई.

मला कितीतरी वस्तू हव्या होत्या. कपडे ठेवायला एक बॅग हवी होती. घरात स्वयंपाकाची आणखी काही भांडी हवी होती. या लहानशा खोलीत, एखादी कॉट, एखादी आरामखुर्ची, लहानसं लिहायचं टेबल, घडीची खुर्ची एवढं जरी मला घेता आलं असतं, तर किती बरं झालं असतं. माझी मनोमनी एक प्रार्थना असे. हे दयाघना, मला एकदम एकरकमी हजार रुपये मिळाले, तर सर्व चिंतांतून मी मुक्त होईन. फक्त हजार!

एकदा सकाळी नऊ वाजायच्या सुमाराला मी चटईवर बसून ‘आबांची चंची’ हे रेडिओचं लेखन करीत होतो आणि कोणी छकपक पोशाखातले गृहस्थ दारात

येऊन उभे राहिले. उंचेपुरे, नाकेले, केस उलटे वळवलेले. अंगात सुरेख रेशमी शर्ट, टाय, पांढरी पॅन्ट, काळे चकचकीत बूट. म्हणाले, ''सौंदणीकर इथंच राहतात का?''

मला वाटलं, एवढे चांगले गृहस्थ माझ्याकडे कशाला येतील? हे बहुतेक नावाचा काही घोटाळा झाल्यामुळे आले असावेत.

''कोणते?''

''लेखक.''

मी पुन्हा त्यांना सर्व नाव विचारलं. त्यांनी माझंच सांगितलं.

''या, बसा.''

त्यांनी बसावं असं काही माझ्यापाशी नव्हतं. बूट काढून आले आणि गादीच्या वळकटीवर बसले.

''माझं काम सांगतो. माझं नाव सुरेश बनकर. मी फिल्म प्रोड्युसर आहे. इतके दिवस स्टंट पिक्चर्स काढत होतो. आता सोशल काढणार आहे.''

माझ्या चेहऱ्यावरचा गोंधळ त्यांनी ओळखला. म्हणाले, ''तुम्हाला माझं नाव माहीत असण्याची काही शक्यता नाही. मला 'संत कान्होपात्रा' असा एक चित्रपट मराठी भाषेत काढायचा आहे आणि त्याची पटकथा-संवाद-पद्य यांचं लेखन तुम्ही करावं अशी माझी इच्छा आहे.''

''पण मला काही अनुभव नाही अशा लेखनाचा.''

''त्याची जरुरी नाही. मी मला हवं तसं लिहून घेईन तुमच्याकडून. कथा आपण माजगावकरांच्याकडून घेऊ. ते माहीत असतील.''

''नाव माहीत आहे. संतचरित्रकार आहेत. माझा प्रत्यक्ष परिचय नाही.''

''मी त्यांच्याकडे घेऊन जाईन तुम्हाला.''

''बरं!''

चित्रपटलेखनाचा एक अनुभव मी घेतला होता. त्यामुळे फार उत्सुक नव्हतो.

हे हसतमुख प्रोड्युसर म्हणाले, ''या सर्व कामाबद्दल मी तुम्हाला बाराशे रुपये देईन. ॲडव्हान्स म्हणून मी आता दोनशे आणलेत ते घ्या –'' एवढं बोलून त्यांनी शंभरा-शंभराच्या दोन नोटा माझ्यापुढे ठेवल्या. पुढे म्हणाले, ''तुम्हाला महिन्याचा घरखर्च किती येतो?''

काय सांगणार? तूर्त तरी 'आबांच्या चंची'वर मिळणारे साठ-पाऊणशे रुपये हीच माझी मासिक मिळकत होती. मी यावर गप्पच राहिलो. वाट पाहून बनकरच म्हणाले, ''तरी दोनशे रुपये येत असेल! तर मी महिना दोनशे रुपये तुम्हाला देईन. शुटिंगच्या वेळी तुम्ही सेटवर राहा आणि नटांना डायलॉग बोलून दाखवा.''

''बरं!''

“उद्या याच वेळी मी कॉन्ट्रॅक्ट टाईप करून घेऊन येईन. मग आपण माजगावकरांकडे जाऊ. अच्छा, निघतो मी!”

आणि गेले....

चित्रपट या माध्यमाबद्दल मला फारसं आकर्षण नव्हतं. दहाजणांनी एकत्र येऊन शिजवायची ही खिचडी असते. त्यात कला, ‘कला’ असं म्हणत सारी दृष्टी असते ती गल्ल्यावर; ती असायला हरकत नाही. समाजसेवेसाठी कुणी धंदा मांडत नाही. सर्वांनाच पैसा मिळवायचा असतो; पण एक स्वच्छ धंदा करावा. कला, कलेची सेवा वगैरे जप करू नये. मला माहीत होतं की, लांडीलबाडी, श्रेयाचा अपहार, दुसऱ्याला सहज टांग मारणं या गोष्टी इथं सर्रास चालतात. थोडीफार अक्कल, बरीचशी हुशारी आणि दैव अनुकूल झालं तर इथं नाव मिळेल, पैसा मिळेल. थोडीफार चैनचमन करायला मिळेल. यापलीकडे काय मिळणार? लेखकाचे शब्द हे माध्यम जसं त्याचं त्याचं स्वतःचं असतं, चित्रकाराचं रंग असतं, शिल्पकाराचं संगमरवर असतं, तसं इथं कुणाच्या हातात काय असतं? ‘सबैभूमी गोपाळकी!’

आपली एवढीशी मोटार हाकीत बनकर माझ्याकडे येत आणि आम्ही दोघं बाहेर पडत असू. कधी रेकॉर्डिंग करणाऱ्या स्टुडिओकडे, कधी एखाद्या नटीकडे बोलणी करायला, तर कधी पार्श्वगीत-गायकाकडे!

एकदा व्हिन्सेंट रोडवरच्या एका पानाच्या गादीपाशी एकदम ते मला घेऊन गेले.

आम्ही दोघं फूटपाथवर उभे होतो. समोर छातीइतक्या उंचीवर लहानसं दुकान होतं. तंबाखूचा वास येत होता. विडीकाडी, तंबाखू, पानं, सुपारी, कात असल्या वस्तू किरकोळ गिऱ्हाइकांना विकणारं एवढंसं दुकान.

अंगात नुसताच बनियन आणि कमरेला पट्ट्यापट्ट्याची विजार घातलेला पोरगा दुकानावर होता. बनकरांनी विचारलं, “आहेत का दादा?”

पोरगा मांडाआड तोंड घालून ओरडला, “अरे दादास्नी म्हणावं, सिनेमाचे साहेब आलेत.”

जराशानं मांडामागून कुठून तरी दादा डोकावले. मग वाकून आधी दुकानात आले. उडी मारून खाली उतरले.

वयानं पस्तीशी ओलांडलेले असतील. काळा वर्ण, ओठावर तोकड्या मिश्या, अंगात साधा अंगरखा, खाली धोतर, चेहऱ्यावर कमालीचा साधेपणा.

बनकर म्हणाले, “हे दादा चरेकर! आर्ट डायरेक्टर, आपले सेट्स हे करणार आहेत आणि दादा, हे आपले लेखक.”

दादा प्रसन्न हसले. म्हणाले, ''मला वाटलं लेखक म्हणजे कोणी जाडेजुडे, प्रौढ गृहस्थ असतील. तुम्ही तर अगदी विद्यार्थी वाटता.''

बनकर म्हणाले, ''आम्ही निघालो आहोतच आत्ता मोठ्या, प्रौढ लेखकाकडे. येता का, माजगावकरांकडे जायचं आहे.''

''चला! अरे बाळू, आतनं तेवढी माझी चप्पल आण आणि टाक खाली!''

एवढ्याशा मोटारीतनं तिघंही संतचरित्रकार माजगावकरांच्या घरी गेलो, तर ते धांदलीतच होते. म्हणाले, ''या! बसा! मी मांजरांना खायला देऊन येतो. त्यांची वेळ झाली आहे. तुमच्याशी बोलत बसलो म्हणजे विसर पडेल आणि तिकडे ती ओरडून गोंधळ करतील.''

आम्ही बैठकीवर टेकलो आणि पलीकडच्या खोलीतून मांजरांचा एकच गजर ऐकू आला. बरीच प्रजा असावी. कुतूहलानं मी उठून बाहेर आलो आणि डोकावलो तर संतचरित्रकार माजगावकर माशांची डोकी, कल्ले आणि शेपटं मांजरांपुढे आनंदानं टाकत होते आणि 'अरे हो, हो, हो, दमानं घ्याल लेको, केवढा कलगा करता' असं म्हणत होते.

मी मांजरं मोजली. एकूण चौदा होती. बरं, वाणही काही खास नव्हता. सगळी गावठीच होती.

मी विचारलं, ''बरीच दिसतात!''

ते म्हणाले, ''अहो, वाढली ही रांडेची! पहिल्यांदा एक मांजरी होती. तिला झाली पिल्लं. ती आता कुठं सोडायची म्हणून ठेवली आणि बघता बघता ही एवढी प्रजा झालीये. ही सर्व खोली त्यांचीच.''

''आणि, खाणं वेळच्या वेळी करावं लागत असणार?''

''बाजारात जातो दादरच्या! कोळिणी आता ओळखीच्या झाल्यात. त्यांच्याकडनं हे असलं स्वस्तात आणतो आणि घालतो. फार आवडीनं खातात.''

''ते दिसतंच आहे!''

मांजरांना खाऊ घालून झाल्यावर संतचरित्रकार धोतर सावरून आमच्यात बसले. बनकरांनी आधी माझी ओळख करून दिली. म्हणाले, ''हो, परिचयाचं वाटतं नाव. पदं लिहितात.''

''ते दुसरे! हे गद्य लिहितात.''

''अस्सं!''

''आणि हे चरेकर. चित्रकार आहेत.''

''अस्सं!''

''आता तुमच्याकडे काम असं की, कान्होपात्रेची समग्र कथा आम्हाला द्यायची!''

म्हातारबोवा विचारात पडल्यासारखे दिसले. मग म्हणाले, ''किती छापील

पृष्ठांचा मजकूर पाहिजे ते सांगा, म्हणजे देतो.''

बनकर पंचायतीत पडले. हा प्रश्न अपेक्षितच नव्हता. त्यांनी माझ्याकडे पाहिलं.

''सांगा, तुम्हाला काय हवं ते!''

मी म्हणालो, ''सुमारे शंभर ते सव्वाशे पृष्ठं धरा.''

''ठीक आहे.''

मग बनकर नेहमीप्रमाणे मुद्द्यावर आले – ''त्याबद्दल आम्ही काय द्यावं अशी अपेक्षा आहे आपली?''

''बारा आणे पृष्ठ द्या.''

हा आम्हाला धक्काच होता. बनकरच नेट धरून बोलले, ''पण आम्ही काही ते छापणार नाही. पण कथा लिहिण्यासाठी उपयोग करणार. तेव्हा पानांचा हिशेब कसा काय करता येईल?''

''असं करा, शंभर रुपये द्या म्हणजे झालं!''

''देऊ.''

''बरं, या आणखी आठ दिवसांनी आणि मजकूर घेऊन जा.''

संतचरित्रकार पुस्तकांच्या गळाठ्यात बसले. आम्ही मार्गाला लागलो.

मी म्हणालो, ''शंभर रुपये म्हणजे आपण फार थोडा मोबदला देतो आहोत त्यांना.''

''त्यांनी मागितला तो दिला. शिवाय ते काय संशोधन करून लिहिणार नाहीत. लिहिलेलं आहे तेच संक्षिप्त करून देणार.''

पटकथा तयार झाल्यावर करमणूक म्हणून मी काही रेखाचित्रं केली. व्यक्तींचे चेहरे, पोशाख, घरं, काही दागिने... चरेकर मास्तरांनी ही रेखाटने पाहिली. विचारलं, ''सुरेख आहेत! कुणी केली?''

''मीच.''

मास्तर चकित झाले.

''हे माहीत नव्हतं.''

''काही बिघडलं नाही.''

''कुठं शिकलात?''

''रस्त्यावर. मास्तर, माझं सगळंच शिक्षण रस्त्यावर झालंय.''

मास्तर म्हणाले, ''मग आम्ही काय सांगायचं तुम्हाला! पण या व्यवसायात नवे आला आहात. बरेच दरवाजे ओलांडून आलेला माणूस सुद्धा या किल्ल्याच्या शेवटाच्या दरवाजात गारद होतो. इथं फार मोह आहेत. सांभाळून असा म्हणजे झालं!''

मी सांभाळून राहू लागलो. चरेकरमास्तर जसे पानाची गादी सांभाळून

चित्रपटाचे आर्ट डायरेक्टर झाले होते, तसंच आपण लेखन सांभाळून सिनेमा करू असं ठरवलं.

आमचं सगळं शुटिंग रात्री चाले. दिवसा काही काम नाही. भाड्यानं घेतलेला स्टुडिओ ग्रँट रोड स्टेशनला लागून होता. दिवसभर पाच-पाच मिनिटांनी धडाधडा लोकलगाड्या येत आणि उंच शिट्ट्या मारून सुटत. अशा रोंभाटात शुटिंग होणं अशक्यच होतं. म्हणून शुटिंग रात्री. तेही रात्री दहाच्या पुढं. दोन लोलकमधलं अंतर वाढत असे तेव्हा. सकाळी पाचला पुन्हा गाड्यांचा गदारोळ सुरू होई. पॅकअप करून आम्ही घरोघरी जात असू.

सेटच्या बाहेरच्या बाजूला उभ्या पंख्याच्या समोर तीन कापडी खुर्च्या टाकलेल्या असत. एक माझ्यासाठी, एक हिरॉईनबाईंसाठी आणि एक डायरेक्टर बनकर यांच्यासाठी. लाईटिंग होत असे तेव्हा नटांना उठून जावं लागे. डायरेक्टर नेहमीच कसल्यातरी विवंचनेत असत. हिरॉईनबाई अजून तरी येत नव्हत्या. त्यांच्याशिवायचे सीन्स चालले होते.

मला एकट्याला गाठून क्वचित कोणी बोलायला धजे.

एक सायलेन्ट एक्स्ट्रॉ नट होता. याचं नाव गवळी. भला अजस्त्र सहा फूट उंचीचा आणि प्रचंड मोठ्या पोटाचा. हा मला बघून नेहमी अदबीनं रामराम घाली आणि मोठं ओशाळवाणं हसू तोंडावर आणी. डोक्याला तांबड्या-पिवळ्या रंगाचं फडकं गुंडाळलेलं, अंगात निळा रंग दिलेला सदरा, खाली भगव्या रंगाचं धोतर असा याचा वेष. मला पहिल्यांदा असे रंगविलेले कपडे सर्वांच्या अंगावर का, याचं कोडं होतं. एकवार मी कॅमेरामननाच विचारलं, "का हो वाडदेकर, सगळ्यांना असे गाडगेमहाराजांसारखे कपडे का दिलेत?"

तर ते हसून म्हणाले, "ब्लॅक अँड व्हाईट फोटोग्राफीला पांढरे कपडे फार चकाचक दिसतात आपल्या लाईटमध्ये. म्हणून असे रंगवावे लागतात. पडद्यावर ते पांढरेच दिसतात."

बरेच दिवस रामराम घातल्यावर एके दिवशी गवळीनं आपल्या मनातला हेतू उघड केला. म्हणाला, "दादा, मला डायलाग द्या! मला बगा नुसतं प्रापर्टी म्हणून वापरतात. ऐत्याहाशिक पिक्चर असलं का, हातात भाला दिऊन दरवाजावर उभं करतात. पौराणिक असलं की कमरंला वाघाचं कातडं, छातीवर वाघाचं कातडं, आन् हातात खांडा म्हंजे मोठी रुंद तलवार. सोशल असलं, संत पिक्चर असलं की असं कुठंतरी उभं करतात. कधी गान्याला मुंडकं हालवायचं, कधी खांद्यावर नांगर घिऊन रस्त्यानं चालायचं. सर्व सायलेन्ट."

मला वाटलं संवाद बोलण्याची सवय असलेला गवळी नाटकातला नट असणार.

"नाटकातले का गवळी तुम्ही?"

"नाही दादा, आज वीस वर्सं झाली हाच धंदा."

"मग डायलॉग बोलायला शिकला कुठं?"

"सतत कानावर हाय दादा, ऐकून ऐकून शिकलो."

"बरं, देऊ तुम्हाला डायलॉग!"

एकवार गवळीला डायलॉग दिला. 'अरे, हा कोण नवा पावणा गावात.' असं म्हणायचं होतं. फ्लॅटाआड जाऊन त्यानं तो घोकला, पण लाईटमध्ये उभं राहून एक शब्दही म्हणता येईना.

आमचे कॅमेरामन वाडदेकर सदोदित त्रासिक चेहऱ्यानं वावरत. कमी बोलत. विनोद करतानाही त्यांचा चेहरा त्रासिकच असे. ते मला म्हणाले, "दादा, यांना प्लेबॅक द्या आता तुम्ही!"

बिचारा गवळी नर्व्हस झाला. एकांतात मला गाठून म्हणाला, "आपल्याला काय हिरो बनायचं नाही दादा, पन डायलाग बोलणाराला सहा रुपये डे मिळतो, आमाला तीन!"

आणखी एक एक्स्ट्रॉ होते. त्यांचं नाव देव. पाठीत वाकलेले, साठीला आलेले. याला नेहमी भटाचा मेकअप मिळे आणि कधी-कधी मंत्रोच्चार करावे लागत. त्याबद्दल त्यांना सहा रुपये डे मिळे. गवळीला याचं फार वैषम्य वाटे. एकदा चिडून तो मला म्हणाला, "याला काय भटाचा मेकअप देता दादा, हा जातीनं ब्राह्मण आहे; पण झोपडपट्टीत ऱ्हातो आन् काय सांगायचं, यानं मांगीण ठेवलीय दादा मांगीण! असल्याला काय माणूस म्हणाल तुम्ही? अहो, हा सुकट बोंबील सुद्धा खातो!"

देवांनी कधी गवळ्याबद्दल तक्रार केली नाही. गवळ्याचं कुत्सित बोलणं, टोमणे, हसणं या सर्वांकडे ते दुर्लक्ष करीत.

लवकरच माझ्याही लक्षात आलं की, बापड्या देवांना, भटाचं सोंग जरी बरं दिसत असलं तरी पूजाअर्चा, मंत्र, श्लोक, प्रार्थना यांपैकी काहीही त्यांना ठाऊक नव्हतं.

"मंत्र पुटपुटा देव," असं म्हटल्यावर ते काहीतरी गुणगुण आवाज तेवढा काढत. तिकडून रेकॉर्डिंग बूथमधून रेकॉर्डिस्ट ओरडत येई – "अरे, हा लेकाचा नुसता गुणगुणतो, निदान धुळाक्षरं तरी म्हण, टठडढणऽऽ पफबभम –"

आणि हे सगळं चालू असताना गवळी राक्षसपार्ट्यांसारखा हसून म्हणायचा, "याला काही येत नाही. अरे हा धरून आनलेला बामण हाय झोपडपट्टीतला."

यावर मात्र देव एकदा मेकअपमध्ये असतानाच धावून त्याच्या अंगावर गेले. ओरडून म्हणाले, "अरे, उघड ऱ्हातो. कुणाच्या बापाची भीती आहे. तुझ्यासारखा

पोट जाळायला नीच उद्योग करीत नाही. भाड खावून अंगावरचं मांस वाढवत नाही मी. समजलं?''

यावर बनकर भयंकर संतापले. ओरडून म्हणाले, ''शट अप! अनाडी! देसाई, यांना यांचा रोजगार द्या – दोघांनाही, आणि चालायला लागा म्हणावं! पुन्हा हे दोघं माझ्या दृष्टीला पडता कामा नयेत!''

देसाई हे फार मुरब्बी प्रॉडक्शन मॅनेजर होते. ते अदबीनं 'बराय साहेब' म्हणाले.

दुसऱ्या दिवशी बघतो तर गवळी आणि देव पुन्हा मेकअप करून तयार. बनकरांनी आरडाओरडा केल्यावर देसाईंनी येऊन खुलासा केला की, 'मी असिस्टंटपाशी चौकशी केली. तो म्हणाला, या दोघांची 'कन्टिन्युटी' आहे. ते सीन्स संपले म्हणजे यांना नारळ देतो.'

असिस्टंट म्हणजे असिस्टंट डायरेक्टर. हा कन्टिन्युटीची नोंद करतो. कारण आज स्वयंपाकघरातला सीन होतो आणि दोन महिन्यांनी परसातला होतो. मधल्या काळात नटीच्या अंगावरचं पातळ बदलतं. म्हणजे स्वयंपाकघरातून परसात गेलो की पातळ वेगळं! असं होऊ नये म्हणून कन्टिन्युटी लिहून ठेवावी लागते.

देव आणि गवळी यांना नारळ कधीच मिळाला नाही. पिक्चर संपेपर्यंत ते होते. यातलं रहस्य एकवार गवळीनंच मला सांगितलं, 'आम्हा दोघांकडनं दहा-दहा रुपये घेतले, रदबदलीबद्दल.'

देसाईचे डोळे नेहमी कुठे किती पैसे खायला मिळतात याच्याकडं असत. बनकरांना हे माहीतही होतं. ते म्हणायचे, कोणीही आला तरी प्रॉडक्शन मॅनेजरची जागाच अशी आहे. तो खाणारच!''

चरेकर मास्तर एकवार मला म्हणाले, ''कत्तलखान्यात बकरी जेव्हा नेतात तेव्हा सगळ्यांचाच नंबर एकदम लागत नाही. काही शेळ्या-मेंढ्या कत्तलखान्याजवळ असलेल्या गल्ल्यांतून थांबून राहतात. या गल्लीत राहणारे रहिवासी, तेवढ्यात साधून घेतात. चरव्या, पेले, भांडी घेऊन या शेळ्या-मेंढ्यांकडे धावतात आणि त्यांच्या कासा पिळून चार थेंब दूध मिळवितात. त्यांचं म्हणणं असतं की, एवीतेवी ही शेळी मरणारच आहे. आपण दूध तरी काढून घेऊ. सिनेमातल्या काही लोकांची वृत्ती या धारकाढूंसारखी असते. ते म्हणतात, साला हा प्रोड्युसर यात मरणारच आहे. आपण कास पिळून जे काही चार कप चहापुरतं दूध निघेल तेवढं तरी घेऊ!''

एकूण ही दुनिया, कत्तलखान्यात जाणारी गाय थांबवून तिची कास पिळणाऱ्यांची होती.

रात्रभर जागरण झाल्यावर मी कधी बनकरांबरोबर, कधी प्रॉडक्शनच्या मोठ्या गाडीतून तर कधी चरेकर मास्तरांबरोबर लोकलनं घरी जात असे.

हळूहळू जागरण माझ्या अंगावर दिसू लागलं. आधी डोळे सुजले, तांबडे दिसायला लागले, मग चेहऱ्याचा तांबूस रंग नाहीसा झाला. उत्साह, हसू मावळलं.

कधी नव्हे ते माझं डोकं अधूनमधून दुखायला लागलं.

कॅरेक्टर ॲक्ट्रेस म्हणून मोठं नाव कमावलेल्या, थोड्याशा प्रौढ अशा गौरीबाईंना मोठं काम होतं. त्यांचा तरणाबांड भाऊ त्यांना चकचकीत मोटारमधून घेऊन यायचा. बाई एरवी फार थाटात असायच्या, पण एकदा मेकअप झाला, अंगावर कपडे आले की त्या कामाशी समरस होऊन जात.

त्यांनी एकवार मला विचारलं, "दादा, कुणाबरोबर परत जाता रोज?"

"जातो कधी मास्तरांबरोबर, कधी बनकरांबरोबर."

"आज माझ्याबरोबर चला."

"जाऊ!"

पाच वाजता पॅकअप झालं. बाईंनी मेकअप पुसला. चकचकीत गाडीतून निघालो.

हळूहळू मुंबई जागी होत होती. डांबरी रस्त्यावर शांतता होती. दुधाचे हंडे घेऊन जाताना गवळी दिसत होते. कुठे कुठे हॉटेलात उजेड, जा-ये दिसत होती.

एका दूध-भट्टीशेजारी आम्ही थांबलो. छान वास आला. गरम जिलब्या तळल्या जात होत्या. कढईत आटीव दूध तापत होतं. दुकानदार बाईंच्या माहितीतलाच असावा. त्यानं तीन पेले दूध आणि जिलबी आणून दिली.

एकूण मी पाहिलं होतं की, फिल्म स्टुडिओच्या परिसरात, प्रतिष्ठित मराठी माणसाला 'दादा' म्हणतात. हळूहळू माझं हेच नाव रुढ झालं होतं.

बाई म्हणाल्या, "दादा, आता रोज माझ्याबरोबर या. सकाळी सकाळी दूध आणि एवढी जिलबी खायची आणि घरात जाऊन गुडुप झोपायचं. ही झोप झाल्यावर जेव्हा जाग येईल तेव्हा अंघोळ, जेवण वगैरे. म्हणजे सततची जागरणं बाधत नाहीत."

दादरला येईपर्यंतच माझे डोळे मिटायला लागले होते. घरी जाऊन झोपलो तो दुपारी तीनलाच जागा झालो!

नीट झोप झाल्यामुळे रात्री शुटिंगच्या वेळी मी तरतरीत होतो. पुढे जेव्हा जेव्हा गौरीबाई असत, तेव्हा तेव्हा त्या मला घेऊन जात. जिलबी खाऊन आणि आटीव दूध पिऊन मी झकास झोप काढीत असे. जागरणाचा त्रास असा मला कधी झाला नाही.

बाई म्हणाल्या, "दादा, तुमचा उतरलेला, काळवंडलेला चेहरा बघून मला पोटच्या मुलाची यावी तशी माया आली. जागरणं सोसत नाहीत तुम्हाला."

मला लोकांकडून कळलं की बाई एकट्याच राहतात. त्यांना घर-दार नाही, मूलबाळही नाही.

याच गौरीबाई एकवार म्हणाल्या, ''चांगलं वय आहे दादा तुमचं. किती म्हणाला, एकवीस ना? शिकून घ्या शिकता येईल तेवढं! तुम्हाला शिकवणार नाही कुणी. तुमचं तुम्हालाच शिकलं पाहिजे.''

बाई एरवी फार तोऱ्यात असत, फारशा कुणाशी बोलत नसत. कुणाचा मुलाहिजा ठेवत नसत. सर्वजण त्यांना भिऊन वागत. ही भीती आदरापोटी आलेली असे. शिवाय बाई फार कडक स्वभावाच्या आहेत, खूप श्रीमंत आहेत असाही गवगवा होता. स्वतःबद्दल बाई कधी बोलत नसत. फक्त एकदाच बोलल्या, म्हणाल्या, ''मोकळा वेळ असला की, दादा तुम्ही वाचत बसता. मला तुमचा हेवा वाटतो... मला थोडंसं लिहाय-वाचायला येतं. पण वाचनाची आवड नाही. इंग्रजी तर मला काही वाचता येत नाही.''

''शिकावं अजून –''

''आता कसली हो शिकते! योगायोगानं या सिनेमाच्या जगात आले अगदी कोवळ्या वयातच. आता चाळिशी आली.''

गौरीबाई मला नदीतल्या काळ्याभोर डोहासारख्या वाटत. त्यांच्या मनाचा तळ कधीच लागला नाही. लांबीरुंदीही कळली नाही.

मोर जसा रंग घेऊन जन्माला येतो, तशा या अभिनय घेऊन जन्माला आल्या होत्या.

■

पाच

मला न्यायला बनकर आले. मी तयारच होतो. घाईने चाळीचे जिने उतरून खाली आलो.

एरवी बनकरांच्या एवढ्याशा मोटारीत कोणी नसे. फाईली, शुटिंगसाठी फिल्मचे दोन डबे, फुलांची करंडी असलं काहीबाही दिसलं तर दिसे. एरवी मागली लांबडी सीट मोकळीच असे.

आज मला तिथं एक नाजूक चेहऱ्याची मुलगी आणि बुलडॉगसारख्या चेहऱ्याचा माणूस दिसला.

गाडीत बसता बसताच बनकरांनी ओळख करून दिली – "मॅडम, हे आपले लेखक."

दोन गोरे गोरे हात जुळले. कंकण किणकिणले आणि पातळ, लालचुटुक ओठांतून शब्द आले, "नमस्कार!"

"नमस्कार!"

"या आपल्या नायिका, शशीप्रभा आणि हे यांचे वडील बाबुराव."

बनकरांचा एक स्वभाव आतापर्यंत माझ्या ध्यानी आला होता. या माणसाला सतत वेळ नसायचा. बोलायला, बसायला, गाडी चालवायला, जेवायला, चहा प्यायला – कुठल्याच गोष्टीसाठी त्यांच्यापाशी वेळ नसायचा. अस्वस्थ होऊन ते पटकन म्हणून जायचे, 'बोला पटकन, मला वेळ नाही!'

राघूच्या चोचीसारखं नाक, उभट गोरा चेहरा आणि भराभर बोलणं. ते भराभर बोलतात तेव्हा मोडी लिपीत बोलतात, असं मी म्हणे. त्यांच्याइतका अस्वस्थ माणूस मी आजवर पाहिलेलाच नाही. सेटवर डायलॉग सांगण्यासाठी त्यांनी मला का नेमलं, याचं रहस्य मला त्यांचं हे बोलणं ऐकल्यावर कळलं.

आज बनकरांची गाडी, बाईंनी अंगावर फवारलेल्या सेंटच्या वासानं भरून गेली होती.

हिरॉईन सेटवर आली आणि शुटिंगमध्ये एक वेगळंच चैतन्य आलं. शुटिंगची प्रत्येक रात्र कोजागिरीसारखी जाऊ लागली. शशीप्रभाबाई सर्वांशी हसून बोलत. बोलणं थोडं, हसणं-मुरकणंच जास्त असं त्यांचं होतं. एखादा शब्द बोलावा आणि इतर भाव हसण्यातून, हावभावातून दाखवावेत असं त्यांचं चाले. बाईंच्या वडिलांचा बाईंच्यावर कडक पहारा असे. चारमिनार सिगारेट ओढत ते सेटसमोर खुर्ची टाकून टक्क डोळ्यांनी पाहत बसलेले असत.

प्रॉडक्शन मॅनेजर त्यांना फार अदबीनं कॉफी, बिस्कीटं, सिगारेट्स पुरवत आणि खासगीत 'बाबू प्रभा' असा त्यांचा उल्लेख करत.

सदैव धांदलीत आणि अस्वस्थ असलेले बनकर दोन शॉट्सच्यामध्ये बाईंशी हलक्या आवाजात सीन डिस्कस करीत. बाबू प्रभा तेव्हा डोळे मिटून आरामखुर्चीत पडलेले असत. पण त्यांचे कान उघडे असत.

एकदा मला प्रॉडक्शन मॅनेजरने विचारलं, "दादा, त्या काळात फळं कोणती कोणती होती हो?"

मला वाटलं, प्रॉपर्टीमध्ये फळांचं तबक वगैरे दाखवायचं असेल. म्हटलं, "आंबे ठेवा."

"आंबे?"

"हो, केळी चालतील –"

"पण मला रोज अर्धा डझन मोसंबी आणा अशी ऑर्डर आहे."

"कुणाची?"

"बाबू प्रभा! बाईंना जागरणामुळे थकवा येतो. त्यांची स्कीन काळवंडतेय म्हणे!"

मग मोसंबीचा रस, हन्टले पामर्सची बिस्किटं, केक्स असल्या वस्तू सेटवर येऊ लागल्या. प्रॉडक्शन मॅनेजरना फार मानसिक त्रास सोसावा लागला. ते कधीकधी माझ्या आणि चरेकर मास्तरांपाशी तक्रार करू लागले की, "साहेब फार आहारी गेलेत. अशानं कॉस्ट कुठल्या कुठे जाईल."

स्टुडिओनं दिलेलं दहा दिवसांचं एक सेशन संपलं. आता मध्ये थोडा खंड होता. दरम्यान बनकर गंभीरपणानं मला म्हणाले, "आपण वाडदेकरांना घेऊन चार दिवस पंढरपूरला जाऊ. आयमो कॅमेऱ्यावर काही शॉट्स घेऊ. संतपट म्हटल्यावर पंढरपूर, चंद्रभागा, देवळाची शिखरं सगळं प्रेक्षकांना हवं असतं."

मी म्हणालो, "जाऊ या!"

चार दिवसांनी चरेकर मास्तर माझ्याकडे आले. "काय हो, नवीन सीन्स घातले काही स्क्रिप्टमध्ये?"

"नाही बुवा? का?"

"नाही! स्टुडिओतच देऊळ लावायचं म्हणून आधी ठरलं होतं. आता साहेब म्हणताहेत थोडंसं शुटिंग पंढरपूरला करू या."

"नाही, शुटिंग कसलं हो? आयमोनं काही शॉट्स फक्त घ्यायचे आहेत."

"छे, छे! मला चला म्हणाले, पंढरपूरला, बाईही येणार आहेत."

"मग जायचं, त्यात तुम्हाला एवढं कोडं काय वाटतंय?"

"कोडं नाही, पण वारंवार बदल करीत राहिलं म्हणजे मूळचा प्लॅन सगळा विस्कटतो आणि पिक्चर भरकटतं –"

"खरं आहे."

"माझी शंका अशी आहे की, बुलडॉगनं कुरबूर चालवलीय."

"काय?"

"बाईंना सीन्स कमी आहेत. औटडोअर नाही."

"कमी? हिरॉईनना सीन कमी कसे असतील?"

यावर मास्तरांनी खांदे उडवले आणि नर्व्हसपणे धोतराच्या सोग्यानं चेहरा पुसला.

स्टेशनवॅगन घेऊन आम्ही पंढरपूरला जायला निघालो तेव्हा कळलं की, वाडदेकर आणि त्यांचे सहकारी, प्रॉडक्शन मॅनेजर, मेकअपमन वगैरे लवाजमा रेल्वेनं आधीच पुढं गेला आहे.

गाडीत बुलडॉग, हिरॉईन, बनकर, मी, चरेकर, ड्रायव्हर आणि एक ऑफिसबॉय एवढे आहोत.

गप्पागोष्टी करीत भल्या सकाळी प्रवास सुरू झाला. बनकर एरवी आतिथ्यशील होतेच, तो गुण या प्रवासात फार प्रामुख्यानं दिसू लागला. त्यांनी आणि बाईंनी भरपूर खायला बरोबर आणलेलं होतं. थर्मासमधून चहा, सॅण्डविचेस, केक्स, चॉकोलेट, लाडू, चकल्या, वेफर्स. आम्ही बऱ्यापैकी जागा बघितली. विहीर, शेत, आंब्याचं झाड. गाडी रस्त्यावर उभी करून आत गेलो आणि सावलीला बांधावर

बसून जेवण उरकलं.

पुढे शेतं आली, गेली – गावं आली-गेली, डोंगर आले-गेले, पश्चिम दिशा लाल दिसायला लागली. संध्याकाळी बुलडॉग हसले. म्हणाले, ''आमच्याबरोबर संध्या कोण करणार?''

''कोणी नाही.''

''तुम्हीसुद्धा?''

बनकर ओशाळवाणं हसून म्हणाले, ''हो, हो, मीसुद्धा नाही.''

बुलडॉगपाशी चपटी, चांदीसारख्या चकचकीत धातूची बाटली होती. ही पॅन्टच्या मागल्या खिशात ठेवून बसता येत होतं आणि हवं तेव्हा हे मूल्यवान पेय, तोंडाला लावता येत होतं.

चार-सहा घोट पोटात गेल्यावर बुलडॉग फार गंभीर झाले. चिंतनात गढून गेले. काही वेळानं सीटवर आडवे पसरले. तशा बाई उठल्या आणि पुढच्या सीटवर येऊन बसल्या.

जराशानं बनकरांना म्हणाल्या, ''मी खिडकीशी बसू का?''

''हो, हो, जरूर!''

म्हणजे बाई, त्यांना लागून बनकर, बनकरांना लागून मी आणि मास्तर. मग फार गर्दी होतेय तुम्हाला. म्हणून मास्तर पुढे ड्रायव्हरशेजारी जाऊन बसले. मी हळूहळू पेंगू लागलो.

सुरेख चांदणं पडलं होतं. थंड वारा होता. चांदण्यानं न्हाऊन निघणारी झाडं, ओढे धावत होते.

बाईंनी शाल काढून अंगावर घेतली. हिवाळ्यातल्या सकाळी झाडांच्या फांदीवर बुलबुलाची जोडी बसते, तसं ते आता एकमेकांना बिलगून बसले होते.

बुलडॉग स्वस्थ झोपले होते.

मास्तर इतके सभ्य होते की, स्वत:लाच लाजून त्यांनी एकदा सुद्धा मान वळवून मागं पाहिलं नाही.

मला खरंच पेंग येत होती. गाडीत अंधार होता.

बाई बोलत नव्हत्या. बनकर बोलत नव्हते.

तरल कल्पनाशक्ती असल्यामुळे मला काही भास होत होते. मध्येच दीर्घ श्वास ऐकू येई. अस्पष्ट सित्कार ऐकू येई. मध्ये एकदा बंद रेल्वे फाटकाशी काही मिनिटं गाडी उभी राहिली तेव्हा रेशमी कपड्यांवर हात फिरविताच होतो तो सुळसुळीत आवाज सुद्धा मला आल्यासारखा वाटला. बांगड्या वाजल्या. ओलसर उघड्या अंगाचा सूक्ष्म असा गंधही आला.

मिस्टर बुलडॉग मोठमोठ्यानं घोरत होते.

पंढरपुरात पोहोचल्यावर लवकरच कळून आलं की, आम्हा सर्वांत जास्त भाविक बाईच आहेत.

आषाढी-कार्तिकी किंवा एकादशी वगैरे नसल्यामुळे पंढरपुरात भाविकांची आणि बघ्यांची गर्दी नव्हतीच. सगळं निवांत, मोकळं होतं. धन्य तो पंढरी! धन्य भीमातीर!

सकाळी लवकर उठून चंद्रभागेत निर्मळ व्हायचं आणि देवदर्शन घ्यायचं ठरलं. याला पहिला जोरदार नकार बुलडॉगने दिला.

''थंड वाहत्या पाण्यात अंघोळ मी जन्मात केलेली नाही, करणार नाही. मी इथं लॉजवर अंघोळ करून सावकाश देवाला मात्र जाऊन येईन आणि शशी, तू सुद्धा रिस्क घेऊ नकोस. कितीही भाविक मन असलं तरी विज्ञानयुगाचं भान ठेवलं पाहिजे. कसली चंद्रभागा? 'पोल्युटेड वॉटर' असणार सगळं!''

मी आणि मास्तरांनी विचार केला होता की, थोडी उन्हं वर आल्यावर आपण जाऊ. बुचकळ्या मारू, डुंबू आणि सावकाश देवदर्शन करून माघारी येऊ. पण बनकरांनी जोरदार विरोध केला. ते म्हणाले, ''तुम्ही दोघांनी आलंच पाहिजे आमच्याबरोबर. सुटका नाही.''

बाईही लडिवाळपणे म्हणाल्या, ''चला नं हो!''

गेलो! गर्दीपासून बरंच दूर असं वाळवंटात बरेच खाली गेलो. मास्तर चपळाई करून अर्ध्या धारेत शिरले. बसले. वाकून त्यांनी हातानं पाणी पाठीवर उडवलं 'हरगंगे भागीरथी' असा घोष केला आणि गडबडीनं बाहेर आले. कपडे करून, स्केचबुक आणि पेन्सिलीची पिशवी उचलून म्हणाले, ''मी पुढं होतो. खांब, महिरपी यांची काही डिटेल्स घेतो.''

आणि गेले. मी ओरडून म्हणालो, ''थांबा हो, मीही येतो.''

तर बनकरांच्याऐवजी बाईच म्हणाल्या, ''म्हणजे काय? मग आलो कशाला सगळे मिळून?''

माझ्या सूक्ष्मपणे असं लक्षात आलं की, बाईंना प्रेक्षक हवा आहे. बायकांना प्रदर्शनाची आवड असतेच. आपल्या खासगी प्रणयाला सुद्धा त्यांना प्रेक्षक हवा असतो आणि तोही जाणता.

मी थोडा वेळ पाण्यात डुंबलो. बाहेर आलो आणि कोरडे कपडे घालून वाळूत बसून राहिलो.

बाई लाजत लाजत, हाय हुई करत धारेत शिरल्या. मागोमाग अर्धी चड्डी घालून बनकर शिरले.

कपडे धुऊन वाळूवर पसरले होते आणि मी मुद्दाम बराच लांब बसलो होतो.

बाईंच्या निळ्या साडीचा फुगा मला धारेवर दिसला.

बनकर मुंबईचे, पण त्यांना पोहता येत असावं, कारण बाईंना धरून ते थोडे खोल पाण्यात शिरल्याचं मी पाहिलं. असल्या खोल पाण्यात उतरणारा बहुधा बुडतोच. तरलो म्हणायला, सांगायला क्वचित एखादा राहतो.

या मांडवाखालून मी गेलोच होतो. तेव्हा नंतर काय काय घडतं, ते माहीत होतं.

बाईंची खरी तारांबळ वाळूत उभं राहून ओलं वस्त्र सोडताना झाली. वाऱ्यानं त्यांना बेजार केलं. लाज झाकता झाकता त्यांनी बनकरांना ऐकवलं, ''तुम्ही तिकडं तोंड करून उभं राहा बरं आधी!''

बापडे बनकर ओल्या लावण्याकडे पाठ करून काही वेळ उभे राहिले. शेवटी बाई म्हणाल्या, ''हं झालं! आता बघा.''

देवळात पोहोचलो तर 'पाषाण करी पायरीच्या मिषे, तुझ्या दारी वसे ऐसे करी', असं म्हणालेल्या नामदेवाच्या पायरीपाशीच मास्तर स्वागताला उभे होते. मास्तर होते, मंगोलियन चेहऱ्याचे प्रॉडक्शन मॅनेजर होते, आयमो घेऊन कॅमेरामन होता.

देवळाच्या मधल्या चौकात, फरशीवर तुळशीमाळा, फुलं विकणाऱ्या माळिणी ओळीनं बसलेल्या होत्या. तुळशीमंजिऱ्याचा, फुलांचा घमघमाट सुटला होता. चिमण्या चिवचिवाट करीत होत्या आणि काळ्या फरशीवर नाचत होत्या.

बाईंनी देवाचं सगळं मनापासून केलं. विठ्ठलाच्या मूर्तीसमोर त्यांनी साष्टांग नमस्कार घातला आणि जरा वेळानं उठून बसल्या तेव्हा त्यांचे डोळे ओले झाले होते.

नऊवारी साडी, डोक्यावरून पदर, गळ्यात-हातात जुन्या पद्धतीचे दागिने यामुळे त्या, खरंच कुणी सतराव्या शतकातल्या संत कवयित्री वाटल्या.

नावेतले, गर्दीतले, देवळातले असे काही शॉट्स झाले. पंढरीच्या बोळातून जाणारी गाय, खांद्यावर पताका आणि गळ्यात टाळ असलेले, ग्यानबातुकाराम म्हणून नाचणारे दिंडीतले वारकरी, बडवे, पुंडलिकाच्या देवळाच्या शिखरापलीकडचा सूर्योदय. उजाडता उजाडता दिसणारी चंद्रभागा, घाट, स्नानाला उडालेली गर्दी अशी दृश्यं टिपून झाली. पब्लिसिटीसाठी आमचे काही फोटो झाले आणि दोन दिवसांतच पंढरपूर उरकलं.

मंगोलियन चेहऱ्याप्रमाणेच प्रॉडक्शन मॅनेजर-देसाईंची आणखी काही वैशिष्ट्यं होती. सिगरेट ओढून करडे झालेले दात आणि उजव्या हाताची काळेकरडे ठिपके असलेली बोटं. त्यांचा चेहरा हसरा असला तरी स्वर बहुधा वैतागलेला असे. पंढरपूरचा एकूण प्रकार बघितल्यावर ते मला म्हणाले, ''रायटर, आता हे पिक्चर

तीन महिन्यांत होत नाही.''

''का?''

''कारण विचारू नका.''

''पण बनकर फार झटपट काम उरकणारे गृहस्थ आहेत.''

''असू द्यात.''

''फायनान्सचीही सगळी व्यवस्था आहे, असं तेच मला सुरुवातीला म्हणाले होते.''

''असू द्यात.''

''मग तुमची कल्पना काय आहे, किती महिने लागतील पिक्चर संपायला?''

''आठ महिने धरून चला.''

आऊटडोअर संपवून आम्ही मुंबईला परत आलो. परत आल्यावर चार-सहा दिवसांनी बनकर मला येऊन भेटले. नेहमीप्रमाणे गडबडीतच होते. त्यांच्या एकंदर चालण्या-बोलण्यावरून, पोशाखाच्या नीटनेटकेपणावरून कधी नव्हे ते त्यांच्याही कपड्यांना येणाऱ्या सेंटच्या सुगंधावरून, त्यांचे केस आणि चेहरा यावरची तुकतुकी पाहून मला वाटलं की, हे गृहस्थ तूर्त फारच सुखी असावेत. दारात उभे राहूनच म्हणाले, ''आता बसत नाही लेखक, जातो. बॉम्बेलॅबला जायचं आहे. तुम्हाला सांगायला आलो की, तूर्त आपल्याला स्टुडिओ मिळत नाही. बहुतेक दहा दिवस मधे जातील. तेव्हा रेडिओ, मासिकं वगैरेची कामे आली तर उरकून टाका.''

आणि टकटक बूट वाजवीत, सेंटचा गंध मागे ठेवून गेले.

त्याच संध्याकाळी मास्तर आले. मांडी घालून बसले. चेहरा गंभीर होता.

मी म्हणालो, ''काय आर्टिस्ट, चहा घेणार का?''

''घेऊ!''

मास्तर मालवणकडचे होते. त्यांच्या सगळ्या प्रादेशिक सेट्सवर तो छाप असे. म्हणून ते पुष्कळ वेळा रफ स्केच दाखवून मला येऊन विचारत, ''बघा हो, हे तुमच्या देशावरचं वाटतंय ना?''

मला वाटलं असाच काहीतरी प्रॉब्लेम घेऊन आले असतील म्हणून मी विचारलंही, ''काय अडलंय आता? झोपडी, गोठा, का गोठ्यातली प्रॉपर्टी?''

तर म्हणाले, ''कळलं का तुम्हाला, शुटिंगमध्ये गॅप आहे म्हणे मोठी! पंधरा-तीन आठवड्यांची.''

मी म्हणालो, ''असेना का, तुम्ही आपले पानाच्या गादीवर बसा, नाही तर लॅन्डस्केप करायला खंडाळा-लोणावळ्याला जा.''

“ते झालं हो! पण एवढी गॅप मध्ये बरी नाही.”

“डायरेक्टरना बरी वाटतेय, मग आपण काय करणार?”

मास्तर अस्वस्थच होते. चहा पिऊन झाल्यावर म्हणाले, “चला, खाली उतरताय का? पान खाऊ.”

हे काही निमित्तानं मला बाहेर काढणं आहे, हे मी ओळखलं. मास्तरांना काहीतरी खासगी बोलायचं असावं.

गॅलरीतून चालता चालताच ते म्हणाले, “हा फार वाहावला काय हो?”

“कोण?”

“आपला डायरेक्टर! एरवी फार सज्जन माणूस आहे.”

मास्तरांशी सावध बोलण्याची जरुरी नव्हती. कारण ते स्वत: फारच सज्जन होते. शिवाय त्यांची आणि बनकरांची ओळख माझ्या आधीची होती. पण मी स्वत:च साशंक असल्यामुळे म्हणालो, “कदाचित पैशांची अडचण आली असेल. वाहून जाण्याइतके ते या धंद्यात नवे नाहीत.”

मास्तर म्हणाले, “ते सांगू नका! आम्ही भल्याभल्यांचा पतंग कटल्याचं बघितलं आहे आणि इतके दिवस हे स्टंट पिक्चर्स काढत होते. सोशलमध्ये पहिल्यांदा आलेत आणि त्या बाईचंही हे पहिलंच मेजर पिक्चर आहे. बारीकसारीक रोल केले असतील हिकडं-तिकडं.”

“मग आपण काय करावं असं तुम्हाला वाटतं मास्तर?”

“आम्ही काय करणार? तुम्हाला ते मानतात. ते मात्र मी सांगतो हं. तुम्हाला पटो न पटो, आम्हाला माहीत आहे. तेव्हा एक मित्रकर्तव्य म्हणून, सौम्य आदबशीर शब्दांत तुम्हीच त्यांना जाणीव द्यावी असं आपलं मला वाटतं.”

“अवघड आहे.”

“फारच! महाअवघड! पण आज किती लोकांची पोटं अवलंबून आहेत. त्याचा विचार आपणच केला पाहिजे, कारण आपणही टेक्निशियनच. त्यांना काय हो, अर्धवट पिक्चर डब्यात टाकून हे पुन्हा स्टंटपटाकडे वळतील!”

मी ‘हूं, हूं बघू’, असं म्हणत खालच्या पानवाल्याकडे मास्तरांना मसाला पान दिलं, मी बनारसी तंबाखूचं घेतलं आणि त्यांना निरोप दिला.

मास्तरांनी प्रसंगाचं गांभीर्य लक्षात आणून देताच मीही विचारात पडलो. स्क्रिप्टच्या पैशांपैकी काही अजून यायचे होते. शिवाय पिक्चर बंद पडलं की, माझा महिना दोनशे रुपये पगारही बंदच. म्हणजे पुन्हा पहिले पाढे... सौम्य किंवा आदबशीर काय, कोणत्याही शब्दांत बनकरांना मी त्यांच्या खाजगी गोष्टीविषयी विचारणं हा असभ्यपणा होता. त्यांना नीति-अनीतिच्या गोष्टी सांगणारा मी कोण?

आणि, हे नैतिक आणि हे अनैतिक सांगायला मी काय प्रेषित होतो काय?

शिवाय नीती म्हणजे काय? कुणीतरी म्हणलेलंच आहे, नीती ही एक भौगोलिक बाब आहे. देशाची सीमा ओलांडली की बदलते!

चार दिवस रिकामे घालवून कंटाळा आला. उठलो आणि थेट सामंताच्या वाङ्मयीन चव्हाट्यावर गेलो. तो कसल्या तरी 'गॅल्या' तपासत बसला होता. म्हणाला, "काय रे, काय म्हणतोय शिणेमा?"

मी म्हणालो, "प्रत्यक्ष पडद्यावर पाहा!"

"ते तर पाहूच रे! आमच्या चित्रपट स्तंभात 'बोलपट की फोलपट' असं परीक्षण सुद्धा लिहू. पण तू आज मोकळा कसा? इन डोअर, आउट डोअर, साँग रेकॉर्डिंग काही नाही वाटतं तूर्त?"

"सुट्टी आहे दहाएक दिवस."

"अरे वा! मग चैन आहे. मुख्य संपादक तुझी कालच चौकशी करीत होते. त्यांना आधी भेट बघू. मी हातातलं काम संपवून आलोच."

मुख्य संपादक म्हणजे स्वत: प्रेसचे तरुण मालकच. त्यांच्या पुढे मी जाऊन बसलो. तेव्हा नेहमीप्रमाणे अगदी थोडक्यात त्यांनी मला कामाची कल्पना दिली. त्यांना आपल्या साप्ताहिकाचा खास अंक काढायचा होता.

"नाटक, सिनेमा आणि तमाशा या तिन्हीबद्दल माहितीपूर्ण असे लेख, मुलाखती आणि प्रत्येक विभागाच्या सुरुवातीला एक, त्या वातावरणावरची सुंदर कथा. या तीन विषयांपैकी सिनेमाचं संपादन जहागीरदार करणार आहेत. नाटकाचं अजून निश्चित झालेलं नाही. तमाशाचं तुम्ही करायचं."

मी कामाचं स्वरूप समजताच हरखून गेलो. बराच वेळ बोलत बसलो. जुन्या कलावंतांपैकी एखाद्याची मुलाखत, तमाशाच्या फडाचा जन्म आणि मरण, एखाद्या नामांकित जुन्या वगाचं हस्तलिखित मिळवून त्याचं मुद्रण आणि पठ्ठे बापूरावच्या जीवनावरची एक दीर्घ कथा असा आराखडा ठरला.

मालकांनी तात्काळ शंभर रुपये मला दिले. "हे राहू द्यात. माहिती गोळा करण्यासाठी तुम्हाला कुठं जावं-यावं लागलं तर प्रवासखर्चासाठी."

एकोणीसशे अठ्ठेचाळीस साली शंभर रुपये ही रक्कम होती, मोड नव्हती.

एवढे पैसे खिशात घातल्यावर मी बाहेर पडलो. त्या महानगरीच्या रस्त्यावरून, पोटामागं, संपत्तीमागं, संधीमागं धावणाऱ्या लोकांच्या लोंढ्यात शिरलो. एरवी मला अशा लोंढ्यात स्वत:चं वेगळं अस्तित्व कधी जाणवतच नसे. मुंग्यांच्या रांगेतली एक मुंगी एवढंच.

पण आज, माझ्यावर सोपविलेलं काम आणि खिशातले पैसे यामुळे मला आकार आला. वजन आलं.

बस घेऊन मी थेट डिलाईल रोडला आलो. थोडा भटकलो आणि ढोलक्या रामा नामा खुडे हा एकमेव माणूस आता माझ्या उपयोगाचा आहे, याची खात्री असल्यामुळे पत्र्याच्या चाळीची चौकशी करीत करीत तिथे येऊन पोहोचलो.

खेडेगावात भटक्या फासेपारध्यांची, वैदूंची वस्ती उघड्या रानात पडते तशीच हीही वस्ती होती. भिंती पत्र्यांच्या, छप्पर पत्र्याचं अशी लांबलचक खोल्यांची माळ होती. रहिवाशांनी पुढे अंगणं काढली होती. सारवली होती, सावलीसाठी झाडं लावली होती. न्हाण्यासाठी आडोसे केले होते. कुणी-कुणी घरासमोर दोन मेढकी रोवून त्यांना आडवी काठी टाकली होती. वाकळ, घोंगडी त्यावर टाकलेली. खोलीपुढे एखादं बाजलं, खाटलं, पाण्याचा डेरा, कुत्री. दांडीवर वाळत घातलेली लुगडी, चोळ्या, अंगरखी, धोतरं.

आरडाओरडा करणारा, धावणारा पोरांचा चिघोर. सांडपाण्यावरून ढांगा टाकत मी एका खोलीपाशी जाऊन चौकशी केली – रामा नामा खुडे कुठे राहतात?

तर एका बाईनंच आवर्जून खोली दाखवली. खोलीत बायामाणसं होती. पण रामा नामा रस्त्यापलीकडे. कोपऱ्यावर एक इराणी हॉटेल होतं, तिथे चहा प्यायला गेले होते.

येताना हे हॉटेल मी पाहिलं होतं. तिकडंच गेलो.

हॉटेलबाहेर टाकलेल्या बाकड्यावर गप्पा छाटीत एक लुंगीवाला, एक फेटेवाला आणि रामा नामा बसले होते. म्हणाले, ‘‘या या! कुनीकडं हिकडं आज?’’

‘‘तुमच्याकडं!’’

‘‘घ्या, घ्या! का गार घेता सोडालेमन?’’

‘‘काही नको.’’

‘‘असं कसं. शेट एक सोडालेमन मिक्स द्या.’’

बाहेरच्या बाकड्यावर बसून मी सोडालेमन चाखतमाखत पीत होतो आणि बोलत होतो, ‘‘फार महत्त्वाचं काम आहे. तमाशाचा फड कसा उभा राहतो, याची माहिती पाहिजे.’’

‘‘सांगू की! अहो आमचाच फड घ्या की! पुण्याकडच्या नारायणगावचं आमी. एवढी एवढी पोरं होतो. आता आपली एक जुनी म्हनच हाय, बामनाघरी लिवनं, म्हाराघरी गानं. पोरं पोरं जमून महारवाड्यातल्या तक्क्यात, गानं म्हनायचो, वाजवायचो. करता करता वेताळपंचविशीमधली एक कथा घेतली. पार्ट वाटले. तू हो राजा, मी होतो हवालदार असं म्हणून तोंडातोंडीच खेळ उभा केला. गाणी रचली. काही हिकडची तिकडची उचलली अन् शिमग्याला केला खेळ चावडीम्होरं. गावकरी म्हनले, लेकानू बरं करताय की! हे ऐकून हुरूपच आला. मग शेजारपाजारच्या गावी जाऊ लागलो. असं करत करत पंधरा ते ईस वर्सांत बघा हे एवढं नाव झालं!’’

मी म्हणालो, “सगळीच माहिती आहे तुम्हाला. माझं काम तुम्हा एकट्याशी बोलूनच होईल.”

रामा नामा म्हणाले, “तुमी साहेब, आमच्या नानाकडनं ऐका. नाना म्हंजे या फडाचा मालक. सरदार, त्याला बगा, अगदी शिरीगनेशा पसनं म्हायती हाय. आनी आमचा एक सोंगाड्या हाय म्हातारा काशिनाथ, त्याच्याशी बोला. बाया हायेत त्येंच्याशी बोला. रग्गड म्हायती मिळंल तुम्हाला.”

“फारच उत्तम. तुम्ही सगळ्या लावण्या म्हणता त्या पठ्ठे बापूच्या. त्याची माहिती कोण सांगेल?”

“नानाच. तो सांगतो, मायाका चिकणीच्या जत्रंत एकवार बापूराव अन् पवळा अशी जोडी खेळ घेऊन गेली होती. तर खेळाआधी बाईला बघायलाच तोबा गर्दी झाली. आखीर, तिकीट लावलं. एका लहान ऱ्हावटीत बायला बशिवली नटवून सजवून आन् तिकीट लावलं, नुसतं बघन्याचं, तर आता आपल्या खेळाला जमत नाही एवढा गल्ला जमा झाला!”

“मग आपण नानाशी बोलूयाच. आता कुणी आहे का हो, पठ्ठे बापूरावाचं?”

“कोनी ऱ्हाई. पन पुन्याला म्युनशिपालटीत एक कारकून हायेत बगा. साठे त्याचं आडनाव. हे साठे, मास्तरास्नी भेटले होते. साठ्यांपाशी काही जुन्या वह्याबी हायेत म्हनं.”

तास, दोन तास मी रामा नामाशी गप्पा केल्या. ते म्हणाले, “हितं जयहिंद थेट्राला रोज खेळ हायेच आमचा. सातपासून सुरूच बघा. येता का आज? समद्यांच्या गाठीभेटी होतील. सगळं बगायला मिळंल.”

“खेळ संपतो कितीला?”

“राती काईतरी एक-दीड तरी होतोय बगा.”

“मग मी राहतो दादरला, परत जाण्याचा वांदा.”

“छ्या! वांदा कसला? आम्ही येऊ की घालवत तुमाला. लई तर तासाभराची वाट.”

मी म्हणालो, “येतो आजच संध्याकाळी.”

रोज संध्याकाळी उठून ज्योती स्टुडिओत शुटिंगला जात होतो, तसाच मी डिलाईल रोडला जाऊ लागलो. थिएटरात बसू लागलो. मी साठीच्या आसपास असलेल्या नानाशी बोललो, सोंगाड्या काशिनाथशी बोललो, चंद्रा नाचीशी बोललो.

खेळ संपल्यावर रामा नामाची पाठ धरून गिरणी कामगारांसाठी अपरात्रीपर्यंत उघड्या राहणाऱ्या हॉटेलात मी जाऊ लागलो. खिमा आणि बुरूनपाव खायला

फडातली माणसं इथं जमत. दौलतजाद्यामध्ये मिळालेल्या चवल्या-पावल्यांची वाटावाटी इथं होई.

नाना सरदारानं मला एक जुना वग दिला. वग म्हणण्यापेक्षा हा फार्स होता. या फार्सचं नाव 'पटक्याचा फार्स' असं होतं आणि त्यात पठ्ठे बापूराव शाहिराच्या रचना होत्या –

दे गं, माझा जरीचा पटका गं,
कसा जिवाला लागला चटका –

फार्सचा विषय खास ग्रामीण होता आणि तो सर्वांना आवडण्यासारखा होता. मनुष्यस्वभावावर त्यात टीकाटिपण्णी होत्या.

तालमीत जाणारी बलदंड पोरं ताकदीच्या जोरावर गावात वर्गणी गोळा करू लागतात. त्यांना काही उत्सव करायचा असतो. विनंतीऐवजी दमदाटीच जास्ती होते तेव्हा एक नाचणारी बाई, तालमीच्या प्रमुखाचा म्हणजे खलीफाचा पटका काढून त्याला बोडका माघारी पाठविते. ही गोष्ट तो लाजेकाजेस्तव इतरांना सांगत नाही; उलट दुय्यम पहिलवानांना उत्तेजन देतो. आणि मग सगळेच गोमुखात बोट घालून विंचू डसलेला सहन करतात आणि इतरांना वाहवा गार वाटतं असं सांगतात. सगळ्यांचा फजितवाडा अखेर उघडा पडतो, असं काहीसं कथानक होतं. माझ्या मनात विचार आला की, याच धर्तीवर हल्लीच्या काळी 'टोपीचा फार्स' लिहिता येईल. टोपीचा किंवा खुर्चीचा किंवा गादीचा!

दोन भरगच्च लेख लिहिण्याइतकी माहिती गोळा झाल्यावर मी पठ्ठे बापूरावांना पाहिलेल्या त्या साठेची गाठभेट घ्यायची म्हणून पुण्याला येणं निश्चित केलं.

जाण्यापूर्वी मुद्दाम मास्तरांच्या दुकानावर जाऊन माझा पुण्याचा पत्ता लिहून ठेवला. हो, मी पुण्याला जायचो आणि इकडं नेमकं शुटिंग निघायचं.

निदान या पत्त्यावर तार करून मला बोलावून तरी घेता आलं असतं.

■

सहा

माझ्या आयुष्यात मोठ्या घडामोडी झाल्या होत्या. त्यामुळे त्या सर्वत्रच झाल्यात असं मी धरून चाललो होतो.

पण पुणं तसंच होतं. कोपऱ्यावरचं इराणी हॉटेल तसंच होतं. त्याचा सफरचंदासारखा मालक 'रझा' तसाच लाल गुलाबी होता. तेच दगडी वसतिगृह आणि खोल्यांच्या दारावर विद्यार्थ्यांनी खडूनं घातलेली नावं. मुरल्या आणि पदू अजून शिकतच होते. त्याच लोखंडी खाटा, तीच अंथरुणं, रोज सकाळी आम्ही जिथं वाटाणा-बटाट्याची उसळ आणि पाव खात असू. त्या समोरच्या हॉटेलातला वासही तोच.

सिनेमात काम करण्याची सुप्त इच्छा बाळगून असणारा तो हॉटेलमालक मात्र दिसला नाही.

माझ्या मनात आलं त्याला म्हणावं, मालक येता का मुंबईला? आता मी तुम्हाला पडद्यावर दिसाल एवढं काम देतो!

तिसऱ्या प्रहरी मी एकटाच चहा प्यायला हॉटेलात गेलो, तर भिंतीपलीकडं राहून चहा, खारा माल, गोडा माल तयार करणारी, अंगाचा मोठा पसारा असलेली मालकीणबाईच गल्ल्यावरही बघत होती. मला काही राहवलं नाही. काही शंकाही आली नाही. सहज कपातला चहा फुंकता-फुंकता विचारलं, ''मालक दिसत नाहीत, आळंदीला गेले की देहूला?''

बाईंनी माझ्याकडे क्षणभरच नीट न्याहाळून पाहिलं आणि मग मात्र माझा चेहरा त्यांना आठवला. म्हणाल्या, ''समोर गोटात ऱ्हात व्हता ना?''

"हो!"

"संपलं शिक्षेन?"

"हां, संपलंच म्हणायचं! मी आता इथं नसतो, मुंबईला असतो. आजच आलो."

"त्यानंच तुम्हाला म्हायती पडलेलं न्हाई."

मग आवंढा गिळून मालकीणबाई म्हणाल्या, "मालक खरचले बघा, आठ म्हयनं झालं!"

माझ्या नात्यातले ना गोत्यातले. पण अंगात कोपरी घालून गल्ल्यावर बसणारे, आम्हा विद्यार्थ्यांना अगत्याने खाऊ घालणारे मालक वारले, हे ऐकून मला फार वाईट वाटलं. म्हणालो, "काय हो झालं? तब्येतीनं तर छान होते."

"काही नाही हो! आजार नाही पाजार नाही. हितं या खुर्चीतच बसले होते, पानातली सुपारी लागली म्हणून नाव झालं. घाम आला, जीव घाबरा झाला. घरात धरून नेलं. अंथरुणावर निजिवलं आन परान गेला. 'इट्टला बाबा, संबाळ रे', एवढंच बोलले बगा. दुसरं काई न्हाई."

खिन्न मनानं मी खोलीवर आलो. कुलपाची ट्रिक मला माहीत होतीच. एवढंसं चपटं कुलूप कडीतून आत घालता येत असे. बाहेरही काढता येत असे. म्हणजे किल्ली वागविण्याची, सांभाळण्याची दगदग नाही. मनोमनी हळहळत झोपी गेलो.

पाच वाजल्यावर आधी पदू आणि जरा वेळानं मुरल्या असे दोघेही आले. मिठ्या, शिव्या वगैरे समारंभ झाला.

मुरल्या माझ्याकडे खाली-वर बघून म्हणाला, "अंगानं हाडकला गड्या तू, स्वयंपाक आवडत नाही का रे बायकोचा?"

मी म्हणालो, "बादशाहीतल्या अन्नाची इतकी सवय झालीय की, घरगुती जेवण आता पचतच नाही."

"अरे पण तू करतोस काय मुंबईला?"

"आकडा लावतो."

"विनोद करू नकोस. खरं-खरं सांग!"

"शिनेमाची ष्टोरी लिहितो."

"आयला! एकदम शिनेष्टोरी रायटर?"

"आई शप्पत!"

"मेलो! आणि आम्ही इकडं नाही-नाही त्या बातम्या ऐकतोय."

"उदाहरणार्थ?"

"भणंगासारखा पायी भटकतोस मुंबईच्या रस्त्यावरनं. अंगात नेहरू आणि खाली अप्रं धोतर असा –"

"पुढं?"

"राह्यला जागा नाही. सार्वजनिक बागेत बसून वाचतोस आणि झोपायला कधी मित्राच्या होस्टेलवर, तर कधी गिरगावच्या चाळीत; तर कधी वर्तमानपत्र अंथरून बाकावर –"

"बरं?"

"मध्ये तुझे दादा आले होते. फार मनाला लावून घेतलंय त्यांनी. आम्हालाच भडकून शिव्या घातल्या. म्हणाले, तुम्हीच त्याला पाठिंबा दिला. आम्ही म्हणालो, आम्हाला माहीतसुद्धा नाही. थांबले नाहीत या खोलीत. भोसडीच्या, तुझ्या आठवणीनं डोळे ओले झाले होते त्यांचे. पाच-दहा मिनिटं बसले आणि गेले. माणसं होती बरोबर. आम्ही म्हणालो चहा तरी घ्या. तर म्हणाले, तुमचा चहा म्हणजे विष आहे आता मला."

हे सगळं ऐकून मी फारच खिन्न झालो. मग पद्या म्हणाला, "जाऊ दे रे! ते रागापोटी आहे सगळं. तू हिंमत सोडू नकोस. मजेत राहा चार दिवस. चल, बाहेर पडू."

"बाहेर म्हणजे कुठं?"

"जाऊ पर्वतीकडं भटकायला! वाटलं तर आमराईपलीकडच्या ग्राऊंडवर बसू. भेळ आणून बंकाडू, सिगरेटी ओढू, चल!"

आम्ही तिघं आता कुलूप लावून बाहेर पडणार तेवढ्यात हातात पिशवी वागवत गावाकडचे एक पावणे आले. मुरल्याच्या पाठीवर थाप टाकून म्हणाले, "रामराम! म्हटलं गाठ पडती का नाही? बरी भेटली सगळीच कंपनी. रामराम हो, वळक लागली का?"

गावाकडचा कोणीही पाव्हणा आला की नेमका इथं येत असे. पंढरपूरला गाडगेमहाराजांचा मठ तशी ही आमच्या परिसरातल्या मंडळींना उतरायची जागा होती.

यांचं नाव उत्तमराव. उत्तम तुकाराम फुगे. हे उंचीनं बुटके आणि अंगानं गोलगरगरीत होते. गाल गुलछबू. पोट सुटलेलं. डोईला भला मोठा असा रेशमी कोसला गुंडाळलेला. गळ्यात दोन तोळ्यांची सोन्याची साखळी, रेशमी शर्टाला सोन्याची बटणं. अंगात चॉकलेटी रंगाचा उलनचा कोट. खाली तलम धोतर. पायात लेसवाले चॉकलेटी रंगाचे बूट. मोजे नाहीत. मनगटावर सोन्याच्या पट्ट्याचं, सोनेरी घड्याळ. ओठ पानानं रंगलेले. कपड्यांना हिना अत्तराचा वास.

आम्ही तिघंही थोडे नर्व्हस झालो.

"भायेर निगालाय काय?"

"हो! सहज फिरायला म्हणून –"

"मग चला समदेच भायेर पडू."

आम्ही बघत राहिलो तसे फुगीर गालात खुशीनं हसून फुगे म्हणाले, "कुटं चांगल्या खानावळीत मटनभाकरी खाऊ, रात्री सिनेमा फिनेमा बघू. आन म्हागारी येऊन पडू हतरुणावर."

हा बेत काही वाईट नव्हता.

आमच्या पहिल्या घडशी बेतापेक्षा पुष्कळ पटीनं बरा होता.

मग मुरल्या म्हणाल्या, "मटनाची खास खानावळ म्हणजे रेल्वे स्टेशनवर गेलं पाहिजे."

फुगे म्हणाले, "चला!"

"लांब आहे."

"टांगा करू!"

अजून संध्याकाळ होत होती. चालतच जाऊ म्हणून निघालो. पद्मानं विचारलं, "सहजच चक्कर टाकली उत्तमराव का काही काम काढलं होतं?"

"सौदा करायला आलो होतो मेंढरांचा."

"मेंढरांचा?"

"हां! दोन-अडीचशे मेंढरू हाय ना आपलं घरचं. हितं खाटकांना रोज मेंढरं लागत्यात. खानावळी चालायला नकोत का?"

"आणि इतक्या लांब आणता कशी?"

"ट्रकातनं! हां, हितं भाव चांगला मिळतो. काई घरची, काई भायेरची. तिकडं सस्तात घ्याची आन् हिकडं आनून घालायची. गल्ला गोळा करून गावाकडं न्याचा."

उत्तमरावांच्या हातातलं घड्याळ, बोटांतल्या अंगठ्या आणि गळ्यातली साखळी आणि त्यांची एकूणच वपुश्री यामागचं रहस्य गरीब बापडी मेंढरं होती.

रमत-गमत आम्ही स्टेशनावर पोहोचलो. हिकडं तिकडं भटकलो आणि बोलाईचे मटण मिळेल अशी लिखित ग्वाही दिलेल्या शिवाजी मराठा खानावळीत गेलो. पाट मांडलेले होते. पितळ्या, उभे पितळी पेले आले. समोरच चुलीपुढे बसून एक बाई भाकऱ्या थापत होती. तांबडाभडक, तिखटजाळ रस्सा, कांद्याच्या ढीगभर फोडी, लिंबू आणि चुलीच्या तोंडाला लावून शेकलेली गरम भाकरी. आम्ही भरपेट जेवलो. वरचेवर घाम पुसला आणि पोळल्या तोंडात वारा घेतला.

आमच्या पानापुढे एक लठ्ठ बोका डोळे मिटून बसला होता. फेटेवाला कुणी बापई माणूस वाढत होता. जेवणात बाकी गोष्टींचा फापटपसारा नव्हता. भाजी, भात, दही – काही नाही. रस्सा, त्यातनं काढलेल्या मटणाच्या फोडी, कांदा आणि लिंबू.

उत्तमराव भलतेच खूश झाले. त्यांना रस्सा वाढता-वाढता तो फेटेवाला गडी आणि गरम भाकऱ्या घालता-घालता ती बाई बेजार झाली.

उत्तमराव बाईला म्हणाले, ''आक्काबाई, ही पोरं कशाची जेवत्यात? त्येंचा दम न्हाई. मी मेंढरामागं हिंडनारा मानूस. भरपेट खानार. तुमी आगाव पैशे मागा. खुशीनं देतो.''

बाईनं चौघांच्या जेवणांचे पाच रुपये मागितले. उत्तमरावांनी ते खुशीने दिले. शिवाय वर एक बंदा रुपया दिला.

'रामजोशी' हा राजकमलचा सिनेमा नुकताच लागला होता. अलोट गर्दी लोटत होती. एकदा बघितला होता, तरी उत्तमरावांच्या बरोबर म्हणून आम्ही पुन्हा बघायला गेलो.

सिनेमा बघता बघता उत्तमराव खो-खो हसत होते. भले, भले म्हणत होते. आयला, कमाल हां! – असे उद्‌गार काढत होते. बयाबाईंच्या कामावर ते बेहद्द खूश झाले. मध्येच कोटाच्या खिशात हात घालून मला म्हणाले, ''बोर्डावर टाकतेत तशे पैशे हितं टाकावेत का?''

''छे! डोअरकिपरची धन होईल. बाईला पोचायचे नाहीत.''

सिनेमा पाहून परत येताना ते वरचेवर म्हणत होते, ''वाहवा, लई बेफाम शिनेमा वठलाय हां!''

त्यांच्या मनात काय चाललं होतं, कोण जाणे! खासगीत त्यांनी मला विचारलं, ''का हो, या बाया ऱ्हात्यात का?''

प्रश्नाचा रोख ध्यानात यायला वेळ लागला. कारण सिनेमाचा विषय, सिनेमातला तमाशा आणि त्यात भूमिका करणारी नटी, प्ले बॅक, वगैरे गोष्टींचा तपशील उत्तमरावांना माहीत असण्याचा संभव नव्हता. तो कसा विशद करावा या विचारात मी होतो तोवर दुसरा प्रश्न – 'शिनेमात काम करन्याबद्दल काय देत असत्यात यांना?''

''ते योग्यतेवर अवलंबून असतं. एका भूमिकेबद्दल मराठीत दहा ते पंधरा हजार मिळतात.''

उत्तमराव क्षणभरही विचार न करता उत्स्फूर्तपणे म्हणाले, ''देऊ की आपण तेवढं!''

उत्तम तुकाराम फुगे याच्या दृष्टीनं कलेचा जीवनावर परिणाम हा एवढा आणि असा होता.

म्युनिसिपालटीत जाऊन मी साठ्यांचा पत्ता काढला. पिवळ्या फाईलींच्या

पसाऱ्यात खाली मान घालून बसले होते. खास मध्यमवर्गातला कारकून. काळी टोपी, गरीब चेहरा, दोन दिवसांची दाढी, सुती गुंड्यांचा शर्ट, कोट, डोळ्यांवर चाळिशी.

मी ओळख करून दिली. मी अमुक-तमुक, अमक्या-तमक्यांची माहिती मिळवतोय. लेख लिहायचा आहे.

त्यांना फार अप्रुप वाटलं. कचेरीची वेळ संपत आलीच होती. उत्साहानं आपल्या बिऱ्हाडी घेऊन गेले. चहा-पोहे दिले. म्हणाले, ''अहो, मी कारकून माणूस. पण मला आपला याचा नाद आहे. अगदी योगायोगानं या थोर माणसाशी माझा परिचय झाला. आमचा नित्याचा वाणी आहे. त्याच्याकडनं मुलांनी काही वस्तू आणल्या. त्या ज्या रद्दी कागदात बांधल्या होत्या, त्यावर जांभळ्या अक्षरांत लिहिलेल्या लावणीच्या ओळी सहज दृष्टीला आल्या. बघतो तर पठ्ठे बापूरावची लावणी. ढोबळ हस्ताक्षर. वाण्याकडं तो कागद घेऊन गेलो. बाबा रे, ही रद्दी आली कुठनं? तर म्हणाला, एका म्हातारीनं आणून घातली. मी म्हणालो, अरे हे सोनं आहे सोनं! आणखी कागद आहेत का? तर त्यानं हे एवढं बाड पुढे टाकलं. हरखून गेलो मी. मला ही रद्दी देतोस का? तू दिलीस त्याच्या दुप्पट मी भाव देतो. त्याला काय हो, वाणीच तो, रुपया जास्ती आला की त्याचं समाधान. म्हणाला, न्या घरी. घेऊन आलो.''

''त्या बाडावर पत्ता होता, त्यावर शोधत गेला तुम्ही, आणि बापूराव भेटले का?''

''छे हो! इतक्या सहजासहजी कुठं असल्या गोष्टी घडतात काय? मी त्या वाण्याला म्हणालो, ही म्हातारी पुन्हा कधी तुझ्याकडे आली तर मला कळव. तो म्हणाला, बरं! काही महिने गेले आणि एकवार वाण्याच्या दुकानातलं पोरगं, संध्याकाळी पळत येऊन म्हणालं, 'मालक म्हणाले, ती म्हातारी आलीये, बसवून ठेवलीय. या.'

''सुदैव मी घरी होतो. तात्काळ गेलो. बघतो तर, साठीला आलेली म्हातारी. दात गेलेले, दृष्टी कमी झालेली. अंगावर मळकी वस्त्रं. म्हटलं, 'बाई आपलं नाव काय, राहता कुठं?'

तर, 'माझं नाव ताई. तमाशाचं थेटर हाये ना, त्या बाजूलाच खोपटं हाय माजं!'

''हे कागद तुमच्यापाशी कसे?'' तर म्हणाली, 'आम्हा दोघांचा फड होता. मिळून ऱ्हात आलो. पुष्कळ कागद हायेत पडलेले.'

साठे भारावून सगळी हकिगत सांगत होते. मी ऐकत होतो.

'या ताईच्या घरातच एका उदास संध्याकाळी मी या शाहिराला भेटलो. बोललो

त्यांच्याशी. मला म्हणाले, 'कालगती गहन आहे!'

श्रेष्ठवर्ण मी ब्राह्मण असुनी, सोवळे ठेविले घालुन घडी,
हाती धरली मशाल तमाशाची, लाज लावली देशोधडी.

'चाळीस वर्षं मुशाफिरी केली. पैसा मिळविला, उधळला. घरदार सोडलं,
महारापोरांत मिसळलो. पुष्कळ वैभव भोगलं, आता सद्दी संपलीये. स्वत:च्या गावी
कुणी विचारत नाही. वाळीत पडलोय. एक कुत्री, मी आणि ही ताई एवढे ऱ्हातो
आता एकमेकांना सांभाळून.'

मी पार विरघळून गेलो. म्हणालो, "आपली योग्यता मोठी. केवढं सामर्थ्य
आणि आता हे जिणं –"

"जाऊ द्या! हे भोग आहेत, ते भोगूनच संपतात."

मी ते लावण्यांचं बाड परत केलं, तर म्हणाले, "नका परत करू, न्या
तुम्हाकडं. माझी आठवण म्हणून संभाळा हे धन. माझ्यापाशी राहणार नाही. जाईल
घेऊन कुणीतरी आणि हे बघा, एक साधी इच्छा आहे. आपण हसाल. मला ब्राह्मणी
पद्धतीनं केलेलं जेवण जेवायचं आहे. कित्येक वर्षं झाली. तुमच्या कुटुंबाला सांगा.
जातीनं वाळीत टाकलेल्या एका ब्राह्मणाला इच्छाभोजन हवं आहे.'

" – हे ऐकून माझ्या डोळ्याला पाणी आलं बघा!"

साठ्यांनी सांगितलेली हकिगत मी ऐकली. कथा लिहिण्यापुरती सामग्री मला
मिळाली.

साठ्यांच्या बरोबर जाऊन मी खोपटातल्या त्या म्हाताऱ्या ताईला भेटलो. तिचं
घर पाहिलं. तिच्याशी बोललो. या एवढ्या सामग्रीवर, एक काल्पनिक कथा मला
सहज उभी करता येणार होती. माझं काम झालं होतं.

चार दिवसांतच पुण्याचं काम संपलं. मी मुंबईला परत गेलो. मुख्य संपादकांना
म्हणालो, "माझी सगळी सामग्री जमली. एक कथा, एक जुना वग आणि फड कसा
उभा राहतो, तमासगिराचं जीवन कसं असतं यासंबंधीचा लेख आता मी लिहू शकतो."

आत्तापर्यंत या सर्व कामासाठी माझे साडेसदतीस रुपये खर्च झाले होते. बाकीचे
रुपये मी त्यांच्यापुढे ठेवले. संपादकांनी क्षणभर चकित दृष्टीनं माझ्याकडे पाहिलं.
मग हसले आणि म्हणाले, "राहू द्या! ते तुम्हाला दिले आहेत."

मी लेखनाच्या कामाला लागलो.

दरम्यान शुटिंग पुन्हा चालू झालं. ज्योती स्टुडिओ मिळत नव्हता. कधी विष्णू

स्टुडिओ, कधी वाडिया स्टुडिओ असं थोडं-थोडं शुटिंग होत होतं. कामगारांत आता पहिला उत्साह राहिला नव्हता. बनकर हरवल्यासारखे दिसत. नाही म्हणायला मेकअपमन दातार तेवढे प्रसन्न चेहऱ्यानं सर्वांच्या आधी कामावर येत आणि मन:पूर्वक काम करून सर्वांच्या शेवटी सावकाश परत जात. हे वर्णानं गोरेपान होते. तरुणपणी मोठे देखणे असावेत. तालीम केल्यामुळे यांचं शरीर पहिलवानासारखं होतं. सदा तारेत असत. डोळे अर्धे-उघडे, चेहऱ्यावर सदैव स्मित.

मी एकवार म्हणालो, "का हो, तुम्ही पहिलवान व्हायचं सोडून या रंगकामात कसे शिरलात?"

त्यांनी दोन भिवयांमध्ये लावलेल्या शेंदराच्या टिळ्याकडं बोट दाखवलं आणि अर्धोन्मीलित नेत्र आभाळाकडे वळवले. म्हणजे दैव म्हणून ते या बाजूला वळले होते. चेहरे रंगविता रंगविता आणि मिश्या चिकटविता चिकटविता आता साठीला आले होते. म्हणाले, "ऐन जवानीत पळून आलो घरनं मुंबईला. का? तर अस्मादिकांची फिगर चांगली. वाटलं, कुणीही सहज हिरो करेल. आशेनं एक्स्ट्रॉत रंगलो, पाच वर्षं आणि हिरो होण्याची आशा मावळली तसा रंगारी झालो!"

मी म्हणालो, "पण तुम्ही आपलं काम फार मन:पूर्वक करता."

दातार म्हणाले, "दुसरं काय करणार?"

"लवकर येता, उशिरा परतता."

"त्याचं कारण घरगुती आहे. सौभाग्यवतींना अनेक वर्षं तऱ्हेतऱ्हेच्या व्याधी आहेत. सकाळी त्यांचे सुखद शब्द कानी येतात ते, म्हणजे – आज अगदी साफ झालं हं!"

आपल्या मंडळींच्या बोलण्याची, चेहऱ्याची, हसू यावं, अशी उत्तम नक्कल दातारांनी केली.

"तुम्ही नट चांगले झाला असता दातार!"

"बरंच झालो असतो हो! पहिलवान, नट, व्यायामशिक्षक, पण इथं पाहिजे!"

पुन्हा बोट कपाळावरच्या शेंदरी टिळ्याकडे!

एकूणच मला असं दिसलं की, या रूपेरी दुनियेकडे आकर्षित होऊन जे-जे आले होते, त्यापैकी बऱ्याच जणांचा भ्रमनिरास झाला होता. त्यांना काहीच कमवता आलं नव्हतं. पैसा नाही, नाव नाही, समाधान तर नाहीच नाही!

एक्स्ट्रॉ नट – गवळीनं – आपलं सिनेमासृष्टीबद्दलचं तत्त्वज्ञान एकवार ऐकविलं.

नाईट शुटिंगच्या वेळी माझ्या खुर्चीच्या पायाशी मांडी ठोकून तो बसला आणि म्हणाला, "दादा, शिनेमावर मिळालेला पैसा मानसापाशी ऱ्हात न्हाई. धा वाटानं निघून जातो आनि आखिरी माणूस कंगाल ऱ्हातो."

मी विचारलं, ''असं का बरं?''

तर हा कन्फ्युशसच्या थाटात म्हणाला, ''दादा, हा पैसा 'हाय तोबा'चा असतो. शिनेमा लागला म्हंजे, खिडकीशी रांगा कोन लावतं? थेटर कोन लोकांनी भरतं? तर, गोरगरिबांनीच. रुपाया, दोन रुपये खर्चून मानूस शिनेमा बघतं आन् तीन घंट्यांनी थेटराभायेर पडल्यावर मनाशी हळहळतं, हाय-हाय! या परीस मी पोटाला घेऊन काही खाल्लं का न्हाई, लेकराबाळास्नी मेवा का न्हेला न्हाई? चांडाळा, सिनेमा बगून पोट भरलं का? तोबा, तोबा! फुकट पैसा खरचला, फुकट टाईम खरचला!''

वाडिया स्टुडिओत शुटिंग असलं म्हणजे मोठं विनोदी वातावरण असे. देमार सिनेमात काम करणारे, फेल्ट हॅट, सूट घातलेले भाई लोक फिरताना दिसत आणि त्यात आमच्या संतपटातली हरिभक्तपरायण मंडळी मिसळत. एकमेकांची सिगरेटची देवघेव होई. माळकरी आणि फायटर एकत्र बसून चहा पीत. वाघ आणि शेळी एकत्र पाणी पीत आहेत असं वाटे.

एका सकाळी मी स्टुडिओत गेलो, तर बाहेरच्या उघड्या पटांगणात तीन मजली माडीचा सेट लागला होता. छान इमारत उभी केली होती. जिने, कठडे, दारं, काचेच्या खिडक्या, तिसऱ्या मजल्यावरच्या गॅलरीत, बाबूराव पहिलवान आणि तीन भाई लोक वेगवेगळ्या पोझिशनवर उभे होते. साऊंड रेकॉर्डिंगचा प्रश्न नव्हता. सायलेन्ट सीनच होता.

पारशी डायरेक्टरने कॅमेऱ्याला 'गो' अशी ऑर्डर दिली आणि जी धमाल मारामारी सुरू झाली, त्यात काय काय व्हावं?

खिडकीच्या काचांचा खळकन चुरा झाला. गॅलरीचा कठडा तुटला. मारासरशी एकजण उलटापालटा होऊन गडगडत एका पिंपावर आदळला आणि जिन्याचा कठडा तोडून ते पिंप व बरोबर तोही दाणकन पार खाली आले!

एकूण सीन दीड-दोन मिनिटांचा सुद्धा असेल नसेल, पण तुफान ठोकाठोकी, विध्वंस आणि आदळआपट झाली.

आणि इतकं होऊन कुणाला काहीही दुखापत झाली नव्हती. चौघंही मांजरासारखे पायांवरच पडले होते. सीनमधला अचूकपणा आणि सत्याचा आभास बघून मी चकित झालो!

सेटबाहेर खुर्ची टाकून, काळ्या कापडावर पांढऱ्या रेघा असलेला डबलब्रेस्टचा सूट घातलेले बाबूराव जेव्हा चहा पिऊ लागले तेव्हा मी विचारलं, ''बाबूराव, या मारझोडीत हाडं मोडायची!''

यावर बाबूरावनी आपल्या उजव्या हाताची मूठ मिटून मला चाचपायला लावली.

एक उष्णता वजा केली, तर ती मूठ पाषाणाचीच होती. दगड चाचपतोय असं

वाटलं.

“तयार असतंय आंग दादा, ही मूठ बघा. खांबावर हाणून हाणून कडक केलीय अशी.”

“होय पण, कितीही तयार स्नायू असले तरी अपघात झाल्यावर कसे टिकणार?”

“होतं काही काही. माझ्या बरगड्या मोडल्यात कैकदा. कॉलरबोन मोडलंय. दात मोडलेत. पायाचं हाड मोडलंय. पुष्कळ मोडतोड झालीय आणि पुन्हा झाळाझाळी, डाग लावणंही झालंय.”

या स्टुडिओत चार दिवस, त्या स्टुडिओत तीन दिवस असं करत करत अखेरीला ‘संत कान्होपात्रा’चं शुटिंग संपलं. शेवटच्या दिवशी आम्ही सगळे मुद्दाम एकत्र जमलो होतो. श्रमभोजनच झालं. गौरीबाई मुद्दाम आल्या होत्या. शशीबाई होत्या, बुलडॉग होता, देव होते, गवळी होता, मास्तर, देसाई, दातार सगळे होते. हसाहशी, विनोद, दंगा पुष्कळ झाला. शेवटी-शेवटी सगळेच गंभीर झालो. आता पुन्हा सगळे एकत्र कुठे आणि कधी भेटू कुणास ठाऊक असा उदास विचार अनेकांच्या मनात असला पाहिजे.

शुटिंगच्या वेळी, क्वचितच बनकरांची प्रसन्न चेहऱ्याची आणि स्थूल अंगाची, मोठ्या-मोठ्या डोळ्यांची बायको आणि दोन लहान मुलगे मी पाहिले होते. अलीकडे बरेच दिवस त्यांच्यापैकी कोणी सेटवर फिरकलं नव्हतं. आज तरी ते येतील अशी अपेक्षा होती, पण नव्हतं कुणी.

दरम्यान प्रॉडक्शन मॅनेजरने बातमी म्हणून नाही, पण माहिती म्हणून सांगितलंच होतं – “हल्ली साहेब शशीबाईंच्या फ्लॅटवरच असतात!”

शेवटच्या दिवसाचं शुटिंग झाल्यावर, बनकर आपल्या नव्या मोटारीतून गेले. बरोबर शशीबाई आणि बुलडॉग होते. आम्ही उशिरापर्यंत थांबलो आणि प्रॉडक्शनच्या जुन्या स्टेशनवॅगनमधून घरोघरी गेलो.

सिनेमा संपला आणि मी पुन्हा मासिकाच्या कचेरीत जाऊ-येऊ लागलो. अखेर मूळ उद्योग हाच होता.

एकदा दुपारी सामंत म्हणाला, “चल रे, जेवायला जाऊ.”

गेलो. गिरगाव चौपाटीला ‘वायनलीज’ नावाचं सुरेख हॉटेल होतं. काचेच्या खिडकीपलीकडे निळाभोर दर्या दिसत होता. साफा, कमरपट्टा, पांढरा गणवेश असा बेअरर अदबीनं येऊन उभा राहिला.

सामंत म्हणाला, “काय घेतोस?”

“तू घेशील तेच.”

तर हा धाडकन म्हणाला, “मी व्हिस्की घेणार आहे आज.”

असलं हॉटेल, व्हिस्की यातली धुळाक्षरंही मला माहीत नव्हती. बावरून म्हणालो, ''मी कधी घेतली नाही.''

''घे आज माझ्याबरोबर. अर्धा पेग घे. सावकाश घे म्हणजे झालं. काही होत नाही.''

''आज विचार काय आहे?''

''मी आज एक महत्त्वाचा निर्णय घेतलाय. तुलाच सांगतोय पहिल्यांदा.''

ज्याच्याविषयी मी आजवर ऐकत आलो होतो, तो एकच प्याला, आयुष्यात पहिल्यांदा मी ओठाशी लावला. प्रत्यक्ष पेयापेक्षा, कल्पनाच झिंगविणारी होती. पेय सुगंधी होतं. चव कडवट होती. अंगावर शहारे आले. पुन्हापुन्हा मी ग्लासात सोडा ओतला. सामंतानं भराभर पहिला पेग संपविला. दुसरा मागविला, तोही संपविला. मला म्हणाला, ''तुझे गाल तांबडे झाले लेका, अर्ध्या पेगातच.''

मी गाल कुरवाळू लागलो. स्पर्श नेहमीपेक्षा वेगळा वाटत होता. मग रिकाम्या ग्लासात बघत सामंत म्हणाला, ''मी ही नोकरी सोडली. सिनेमात जायचं ठरवलंय.''

मी म्हणालो, ''गॉड ब्लेस यू!''

तिसरा पेग आला. तो उंचावून सामंत म्हणाला, ''फेअरवेल टू जर्नालिझम!'' घोट घेऊन पुन्हा म्हणाला, ''फेअरवेल टू जबरा ॲन्ड वन्निक!'' पुन्हा घोट घेऊन म्हणाला, ''ॲण्ड फेअरवेल टू डिअर, डिअर मराठी लिटरेचर!''

मग ओल्या ग्लासच्या बुडाचे ठसे उठवून त्यानं टेबलाच्या काळ्या काचेवर वर्तुळं काढली.

''मित्रा, वाङ्मयीन स्वरूपाच्या मासिकात, साप्ताहिकात दुय्यम संपादक होणं किंवा समीक्षा किंवा लघुकथा खरडणं हा जन्मभर बोंबलभिकं राहण्याचा धंदा आहे. पैसा तिथं आहे. सिनेमाच्या जगात! तिथं नाव आहे, पैसा आहे, चैनचमन आहे. मला कळलं तू काय म्हणणार आहेस ते! ते एम.ए.ला मिळवलेलं एन. सी. केळकर गोल्ड मेडल मोड आणि या व्हिस्कीचे पैसे दे आता, असंच म्हणणार होतास ना?''

मी मान हलवून म्हणालो, ''नाही.''

''मग?''

''एकदा तू मला विचारलं होतंस तेच विचारतो –''

''थांब! मला माझं म्हणणं पुरं करू दे. मी 'स्क्रीनप्ले रायटर' होणार. त्यासाठी फार मोठ्या प्रतिभावंताची गरज नाही मित्रा. आज तिथं गणेगंपे यशस्वी झालेत. मी का नाही होणार? हा व्यवसाय सारखा वाढतोय. आणखी दहा वर्षांनी माझ्यासारख्याला त्यात लाखो रुपये कमविता येतील. कारण मला इंग्रजीत लिहिता येतं. हिंदीत लिहिता येतं!''

ही फुशारकी नव्हती. सामंत हा खरोखरीच स्कॉलर होता. बुद्धिमान, अभ्यासू

होता.

मी म्हणालो, "मी बेस्ट कंपनीत कंडक्टर होतो म्हटल्यावर तू विचारलं होतंस, तेच तुला विचारतो. तू विसरला असशील. मी आठवणीचा फार पक्का आहे. तू विचारलं होतंस, यापेक्षा आपलं आणखी काही भलं होणारच नाही, असं तुला वाटतं का?"

सार्वजनिक ठिकाणी हसू नये एवढ्या मोठ्यांदा सामंत हसला.

"मित्रा, तूर्त एकोणीसशे अठ्ठेचाळीस साल सुरू आहे. अडुसष्ट साली या प्रश्नाचं उत्तर मी तुला देईन!"

यावर संस्कृत नाटकाच्या संहितेत आढळतं ते कंसातलं वाक्य मी बोललो, "...तसे करतात!"

विषय संपविला. तळलेला मासा, तळलेल्या बटाट्याच्या फोडी, कांदा आणि हिरव्या मिरच्यांची चटणी असे भरपेट जेवलो. बाहेर पडलो. चरचरीत तंबाखू पान गालफडात कोंबलं. टॅक्सी केली. बसल्या जागी दोघांच्याही माना डुलल्या, डोळे जडावले. दोन्ही बाजूला महानगरी मुंबई झिम्मा खेळली.

दादरला, सामंतच्या खोलीवर आलो....

आणि – झो-प-लो.

■

सात

बेस्ट कंडक्टर दामूची म्हातारी आई एके दिवशी पत्ता शोधत आमच्या चाळीत आली.

मी चटईवर बसून नेहमीप्रमाणं पांढऱ्यावर काळं करीत होतो. माझ्या पुढं काही न बोलता कुठंतरी बघत बसून राहिली.

"बरं आला? पत्ता बरा सापडला?"

तर म्हातारीचे डोळे डबडबून आले.

"का हो, काय झालं?"

"माझं कपाळ फुटलं बाबा!"

"म्हणजे?"

"महिना झाला, पोराचा पत्ता नाही. अंगावरच्या कपड्यांनिशी जे बाहेर जाऊन येतो, म्हणून गेलं ते तिकडंच."

"पोलिसांत वर्दी दिली?"

"सगळं करून थकले बघ, त्याचे मेव्हणे. काही तपास नाही. पत्र नाही, चिठ्ठी नाही, निरोप नाही. कुठं गेलं आणि का गेलं देवाला डोळे."

म्हातारी वरचेवर नाक पदरानं पुशीत होती. डोळे टिपत होती. तिचा गोरा भुरका चेहरा तांबडालाल झाला होता. सगळा आवेग ओसरल्यावर म्हणाली, "तुझ्यापाशी काही बोलला होता का?"

"नाही! भांडणतंटा झाला होता का घरात?"

"नाही रे! गरीब आहे माझं पोरगं. आपलं काम बरं, आपण बरं असं असायचं!"

"संगत कुणाची होती?"

"कुण्णाची नाही. कोण आहे हितं शहरगावी आपलं नात्यागोत्यातलं?"

"काही छंद, नाद होता का?"

"धार्मिक पुस्तकं आणायची वाचनालयातनं आणि वाचायची. थोडं देवभोळं होतं रे! वह्याच्या वह्या भरून काढल्यात. 'रामरामराम' असा जप तेवढा लिहायचा. बाकी काही नाही. एकाग्र मनानं लिहित बसायचा. बारीक अक्षरात. विचारलं हे रे काय, तर म्हणायचा दहा लाख जप लिहितो. बाबा, कशासाठी? तर, मला चांगले दिवस दिसावेत म्हणून. काय वाईट होतं रे? कोण याला कलेक्टर करणार? कशीतरी नोकरी होती, नवरा-बायकोचं पोट भरत होतं. काय मनानं घेतलं आणि मला म्हातारीला एकटी टाकून गेला बघ कुणीकडं! तुला काय वाटतं, कुठं गेला असेल? ईल का माघारी?"

दोन्ही हातांचे तळवे भुईवर टेकून माझ्या तोंडाकडे बघत म्हातारी व्याकूळ होऊन मला विचारत होती.

माझं मन सुन्न झालं होतं. 'कापूर उडून जावा तशी माणसं एकाएकी नाहीशी कशी होतात? का होतात? कुठं जातात?'

"येईल हो! नक्की येईल. चार दिवस माणूस काही जिद्दीनं बाहेर पडतो. थकला म्हणजे पाखरासारखा आपल्या घराकडंच माघारी येतो."

मी पुष्कळ समजूत घातली. चहा दिला. गावाकडच्या आठवणी काढल्या. उशीरपर्यंत बसून म्हातारी जायला निघाली. मी पुलापलीकडं पोहोचवून आलो.

याच्या दुसऱ्याच दिवशी गिरगावातनं परत येताना चर्नी रोड स्टेशनवरच्या प्लॅटफॉर्मवर गाडीखाली आलेल्या कुणा बेवारशी माणसाचं उघडं प्रेत मी पाहिलं. दोन्ही पाय तुटले होते. मांसाच्या दोऱ्या लोंबत होत्या.

मनात आलं, दामू असा जर या महानगरीत कुठल्यातरी रस्त्यावर, कुठल्यातरी स्टेशनवर, अपघात होऊन, बोचक्यासारखा पडला असला, तर कसा पत्ता लागणार?

ते अजस्र रूळ. त्या डोक्यावरच्या तारांच्या रेघोट्या. दोन्ही बाजूंच्या प्रचंड मोठ्या, उंच इमारती. त्यांच्या पायतळी पाचोळ्यासारख्या झोपड्या. सततचे आवाज आणि रस्त्यावरून भळाभळा वाहणारी माणसं, हे सगळं हादरवून टाकणारं होतं.

आठ महिन्यांनी पुन्हा मला दामूची वाकलेली आई दादरच्या फुटपाथवर दिसली. थांबून मी चौकशी केली.

"आला का मुलगा परत?"

– तर तिनं भकास डोळ्यानं माझ्याकडं पाहिलं. मान दोनदा-तीनदा हलवली.

"आता जाते बाबा आपल्या गावी. मेव्हण्यावर कशाला भार टाकू? बरं झालं भेटलास. आत्ता पुन्हा काही आपली भेट व्हायची नाही!"

एवढं म्हणून म्हातारी गेली.

पुढे खरंच तिची-माझी भेट कधी झाली नाही!

या मुंबईत कधी-कधी माझं मन फार उदास होऊन जाई. हिरवीगार मोकळी रानं, वनस्पतींचा गंध घेऊन वाहणारा वारा, ताऱ्यांनी खचलेलं आभाळ, कोंबड्यांची बांग, पहाटेचं पक्ष्यांचं कूजन आणि मंद तेवणारी समई असं काहीबाही आठवून मला स्वत:चीच कीव वाटे. कसल्या अमानुष, यांत्रिक जगात आपण येऊन पडलो. आता हेच का शेवटपर्यंत भोगत राहायचं? – असं वाटे.

घाणीचा वीट, वीट येई.

एकवार मध्यरात्री दारावर बेगुमान ठोठावणं ऐकलं. आधी पळापळ, दंड्यांचे आवाज ऐकलेच होते. दार उघडून पाहिलं तर पोलीस. चारचौघे होते.

"काय हो?"

पलीकडे दहा पावलांवर असलेल्या सार्वजनिक संडासकडे नजर टाकून एक पोलीस म्हणाला, "हितं आम्हाला दारूची भट्टी लावलेली आढळली."

"मग मी काय करू? ती मी लावलेली नाही आणि कुणी लावली ती मला माहीत नाही." असं म्हणून मी धाडकन दार लावून टाकलं.

सरकारी कामात अडथळा आणला म्हणूनच पोलिसांनी हिसका दाखवला नाही हे विशेष. बचावलो.

या तिन्ही संडासांच्या टाक्या सदैव फुटलेल्या असत. घाण तुंबलेली असे. नरक-वासानजिकचं जीवन असह्य होई.

महिन्याच्या महिन्याला भाडं गोळा करणाऱ्या भैय्याकडे प्रथम जाऊन मी म्हणालो, "भय्याजी, संडास की टाकियाँ बदलना चाहिए, बहोत बदबू आता है!"

– तर मिशांत हसून भैय्याजी म्हणाले, "तो साब, संडास को क्या खुशबू आयेगा?"

दहा-बाय-दहाच्या या खोलीला डाव्या भिंतीला फक्त एक खिडकी होती. हिच्यातून समोर पाहिलं की, दुसऱ्या इमारतीची उन्हापावसानं विटलेली भिंत दिसे आणि खाली पडदे लावलेल्या खिडक्या. त्याही खाली, दोन इमारतींच्यामधे असल्या जागेत पडतो तो घाणीचा खच. दोन्ही इमारतींतील बारा खिडक्यांतून रोज इथे काहीबाही फेकलं जाई. खोलीसमोर, गॅलरीत येऊन उभं राहिलं की, डाव्या

बाजूला नळावर जाणारी माणसं – म्हातारे, बाया, पोरी – सारखी अंगावरून जात. भांडी, बादल्या वाजत. खाली वाकून पाहिलं की हॉटेलची मागली बाजू, खरकटी भांडी दिसत. शिळ्या अन्नाचा वास आणि तळणाचा खाट येई. इथं कालची शिळी भजी पुन्हा कुस्करून त्याचे नवे पदार्थ बनविले जात.

चित्रपट संपला. विशेषांक प्रसिद्ध झाला. गोष्ट लिहिली म्हणजे दहा रुपये मिळत. दिवाळीला वीस किंवा पंचवीस मिळत. पण रोज एक गोष्ट लिहून होणं कठीण आणि प्रत्येक महिन्याला दिवाळी अंक निघणंही अशक्य!

आकाशवाणीकडून मिळणारे, पंधरा चोक साठ एवढे रुपये खरे होते. तो हिरवा चेक आठवड्याला कुणातरी ओळखीच्या धनिक माणसाला दिला की, तो रोख पैसे देई. बँक, खातं वगैरे भानगडीत मी कधी पडलो नाही. पैसा ठेवण्यास मी खिशाचाच वापर करी.

पण एके दिवशी रेडिओची कॉन्ट्रॅक्ट्स एकदम येईनाशी झाली. काय झालं कोण जाणे!

जाऊन विचारायलाही संकोच वाटला. मी गेलो नाही. बऱ्याच दिवसांनी परिचयाचे असे एक अधिकारी भेटले. त्यांना सहज बोललो, तर ते म्हणाले, "त्यांची बदली झाली, दुसरे ऑफिसर आता सेक्शन बघतात. का?"

"सहज!"

मग सामंताकडून मला एके दिवशी कळलं. तो म्हणाला, "अरे, तो खोले माझ्या वर्गातला. मी विचारलं तर म्हणाला, अमक्यातमक्यांनी मला सांगितलं की, त्याला काही मदत करू नका. असा तुझ्या मोठ्या भावाचा निरोप आहे."

"थाप!"

"अरे, असंच असतं. जिकडे पालखी तिकडे खोबरं आणि जिकडे खोबरं तिकडे चांगभलं!"

तात्पर्य, रेडिओ संपला! आबांची चंची दुसऱ्याच्या हातात गेली. मी पुन्हा कंगाल!

पण आंधळ्याची गुरं देव राखतो. एके दिवशी चरेकर मास्तर कुणा महत्त्वाकांक्षी माणसाला घेऊन आले. म्हणाले, "हे ढवळीकर. आमचे गाववाले. यांचे वडील खेडोपाडी हिंडून जत्रेत सिनेमा दाखवायचा व्यवसाय करीत. ते वारले चार वर्षांपूर्वी. आता यांची इच्छा आहे की, एक मराठी पिक्चर काढावं. मला विचारत आले, स्टोरी कुणाकडून घ्यावी. मी म्हणालो, तुम्हाला उत्तम लेखक देतो. माझे मित्रच आहेत."

मी तात्काळ म्हणालो, "लिहिन मी."

यावर ढवळीकर म्हणाले, "मला फायनान्स थोडासा जमवावा लागेल. त्यासाठी तुम्ही होकार दिलाय असं फायनान्सरला सांगू का?"

"सांगा!"

ढवळीकरांनी अत्यंत आनंदानं मला तीनशे एक रुपये असा ॲडव्हान्स दिला. कथा, पटकथा, संवाद आणि डायलॉग डिरेक्टर या कामासाठी.

हे ढवळीकर ॲडव्हान्स देऊन जे गेले, ते मला पुन्हा कधीही भेटले नाहीत. घाबरत-घाबरत मी सगळा ॲडव्हान्स भक्षण केला.

चार महिन्यांनी सहज चरेकरांच्या दुकानी जाऊन चौकशी केली तर तेही अपराधी चेहऱ्यानं म्हणाले, "होय हो! मलाही तो पुन्हा भेटलाच नाही. त्यानं बेत रहित केलेला दिसतो."

"पण मी ते पैसे खर्चून मोकळा झालोय. आता ॲडव्हान्स परत मागायला आला कधी तर? –"

"सोडा! तो यायचा नाही तसा. आला तर म्हणावं, मी गोष्ट देतो, ॲडव्हान्स कुठनं देऊ?"

मग मास्तरांनी चौकशी केली, "हल्ली काय चाललंय तुमचं?"

"काही नाही."

"पुस्तक वगैरे?"

"एक नुकतंच प्रसिद्ध केलंय इथल्या एका प्रकाशकानं. पण तेही आपले असेच ध्येयवादी प्रकाशक आहेत. पैसे मागायला गेलो तर दोन रुपये देतात. त्यांचं दुकानही आहे पुस्तकांचं!"

"दोन रुपये?"

"हो, रॉयल्टीपोटी."

"मग सिनेमातले लोक पुष्कळ बरे की हो! ते ॲडव्हान्स म्हणूनच तीनशे रुपये देतात आणि पुन्हा परत येतही नाहीत."

"हो! पण ते काही रोज येत नाहीत."

"बनकरांची काय बातमी? मला म्हणाले होते, ते संपतंय तोवर दुसरं एक ऐतिहासिक पिक्चर सुरू करणार म्हणून."

"मला भेटले नाहीत अलीकडं!"

"मलाही नाही भेटले."

मधे काही काळ भकास असा गेला.

एक चाहते होते. ते लायब्ररीचे मेंबर होते. आपल्या नावावर मला पुस्तकं आणून देत. ती मी प्रयत्नपूर्वक वाचत होतो. कार्लो बुलोसा, स्टानइनबेक, गॉर्की,

लियाम ओ फ्लॅहर्टी, पिरांदिलो. छान-छान वाचून मी आत्म्याची भूक भागवीत होतो.

आदिवासी लोक भूक मारण्यासाठी जंगलात सापडणारा एक विशिष्ट कंद खातात. त्यामुळे भूक लागत नाही, झोप येते. कामधंद्यासाठी वणवण करायला नको, जेवणाची भानगड नको.

पुस्तकांचे उत्तमोत्तम कंद मला मिळत होते. आत्म्याचं पोषण होत होतं. प्रपंचाची भूक मरत होती.

चमत्कार घडविण्याचं काम परमेश्वराच्या खालोखाल पोस्टमनच्या हाती असलं पाहिजे. एका भाग्यवान सकाळी पोस्टमन पत्र देऊन गेला. सुरेख टाईप केलेला इंग्रजी पत्ता आणि पाकिटावर छापलेलं नाव मी पुन्हा पुन्हा वाचलं. एवढ्या मोठ्या, प्रसिद्ध चित्रपट कंपनीचं मला काय बरं पत्र आलं असावं?

घाईघाईनं मी पाकीट फोडलं आणि पत्र वाचलं. आजपर्यंत अनेक विख्यात हिंदी चित्रपट काढणाऱ्या या कंपनीनं, मराठी भाषेत चित्रपट काढायचं निश्चित केलं होतं. मराठीचा स्वतंत्र विभाग उघडला होता आणि स्टोरी डिपार्टमेंटमध्ये मी यावं, त्याबद्दल महिन्याला चारशे रुपये पगार मला देऊ केला होता! मराठी चित्रपट प्रॉडक्शनच्या प्रमुखांना मी पत्र मिळताच भेटावं, अशी विनंती केलेली होती.

दुसऱ्या दिवशी सकाळी अत्यंत उत्साहानं मी कॅडेल रोडला असलेल्या त्या भव्य स्टुडिओत भीत-भीत गेलो.

स्टुडिओच्या आवारात चकचकीत गाड्या जात येत होत्या. झकपक पोशाख केलेली रुबाबदार माणसं हिंडत होती. कुणीतरी मला अनेक ऑफिसेस ओलांडून एका खोलीशी आणलं. दाराशी उभ्या असलेल्या प्यूननं माझं नाव चिठ्ठीवर लिहून मागितलं. तो आत गडप झाला. जरा वेळानं बाहेर मला म्हणाला, "आईये साहब!"

आतल्या मोठ्या चकचकीत टेबलाशी गोरेपान, उंच, हसतमुख गृहस्थ बसले होते.

ते जागेवरून उठले. माझा हात हातात घेऊन म्हणाले, "या-या! बसा!"

रुचिपूर्ण असं ते ऑफिस आणि त्या गृहस्थाचं रुबाबदार व्यक्तिमत्त्व बघूनच मी खूश झालो. इकडचं तिकडचं औपचारिक बोलणं झाल्यावर मग ते म्हणाले, "तुमचं लेखन मी वाचलेलं आहे. मी तुमचा चाहता आहे. दोन वर्षांपूर्वीच्या एका दिवशी अंकात मी तुमची 'माझी गुणी आई' अशी एक सुंदर गोष्ट वाचलीय. सुंदर चित्रपट होईल तिच्यावर. तुम्ही हल्ली काय करता?"

"काही नाही."

"गुड! म्हणजे संपूर्ण वेळ तुम्ही देऊ शकाल या कामाला?"

"हो!"

"माझी कल्पना आहे की, बॉक्स-ऑफिस वगैरे काही विचार न करता आपण सुरेख चित्रपट करायचा. आपला स्टुडिओ आहे तेव्हा अमुक एका दिवसांत शुटिंग संपलं पाहिजे असं बंधन नाही. आणि तुम्हाला संपूर्ण स्वातंत्र्य. कथा-पटकथा-संवाद तुम्हीच लिहायचे. फ्लोअरवर राहायचं आणि एक भूमिकाही करायची?"

"भूमिका?"

"चांगली कराल तुम्ही!"

"बघू!"

"मी बराच विचार केलाय त्या कथेवर. माझी अशीही कल्पना आहे की, सो कॉल्ड नटनटींच्या मागं आपण धावायचं नाही. रंगभूमीवरचे गुणी नट, साधी कामगार माणसं, रंगभूमीवरच्या लहान पण गुणी नटी यातून भूमिकेला योग्य अशी माणसं निवडायची. पुष्कळसं आऊटडोअरच करायचं. गाणंबिणं हवं तर घालायचं...."

फार तन्मयतेनं मोहनराव बोलत होते. मोहनराव काटेकर. चांगले समजदार, वाचन केलेले, हुशार, अनुभवी गृहस्थ वाटले. त्यांच्याकडनंच कळलं की, आत्तापर्यंत हे जाहिरातींसाठी लागणाऱ्या शॉर्ट फिल्मस करीत होते. बरीच वर्षं त्यांना हा अनुभव आहे. या शॉर्ट फिल्मस करून त्यांनी कंपनीला खूप पैसा मिळवून दिला. म्हणून शेटनी खूश होऊन त्यांना सांगितलं की, 'मोहन तुझ्या मनाला येईल तशी मराठी फिचर फिल्म तू कर.'

हे सगळं इतकं आदर्श होतं की, मला मनोमनी वाटत होतं असं काही प्रत्यक्षात येईल का नाही कोण जाणे!

एखादं तान्हं मूल फार शहाण्यासारखं सतत वागत राहिल्यावर माझी आई म्हणायची, "हे पोर फार गुण करतंय रे, जगतंय का जातंय कुणाला ठाऊक!"

या बोलण्याची मला आठवण येई!

पण मी उत्साहानं पटकथा लिहिण्याच्या कामाला लागलो. रोज मी आणि मोहनराव, सकाळपासून संध्याकाळपर्यंत चर्चा करायचो आणि रात्री उशिरा घरी जायचो.

सगळं लेखन पुरं झालं. पात्रांची निवड करायची वेळ आली. मोहनराव म्हणाले, "तुम्हीच निवड करा."

स्टुडिओच्या कपडेपटात एक गरीब पोरगा कामाला होता. पात्राचा पोशाख नीट ठेवणं, हवा तेव्हा हवा तो कपडा काढून देणं, असली कामं त्याच्याकडे होती. याचं नाव सखाराम. याची धावपळ, चेहरा, हालचाली बघून सापळ्यात सापडलेल्या उंदराची आठवण होई. माझ्या कथेतलं एक पात्र असंच होतं.

मी सहज मोहनरावांना म्हणालो, "कपडेपटातला सखाराम, मला माझ्या कथेतला बाबू वाटतो."

दुसऱ्या दिवशी सखारामला मेकअप करण्यात आला. सदरा-धोतर असला पोशाख, मिश्या, जे जे आवश्यक ते ते सगळं आणि टेस्ट घेण्यात आली. संवाद म्हणून घेण्यात आले. बिचारा सखाराम चकित झाला. सखारामच नव्हे तर स्टुडिओतील अनेक कामगार. आपल्याला कधीकाळी एखाद्या चित्रपटात भूमिका मिळेल असं त्याच्या स्वप्नातही नव्हतं.

या धामधुमीतच मी काशीला पाहिलं. आमच्याच स्टुडिओत, कुठल्यातरी दुसऱ्या कंपनीचं शुटिंग होतं. त्यात एवढं तेवढं काम करायला ती आली होती. वाटोळ्या चेहऱ्याची, किणकिण हसणारी, गोरीपान नाजूक काशी मला या चित्रातली नायिका वाटली.

तिची निवड मी करून टाकली.

शुटिंग चालू झाल्यावर ती मला म्हणाली, "ही बातमी जेव्हा मी सांगितली तेव्हा कुण्णीसुद्धा विश्वास ठेवला नाही. माझे काका तर म्हणाले, "सांभाळ हं. काहीतरी डाव असेल याच्यामागं. नाहीतर तुला एकदम हिरॉईन करेल कोण?"

सिनेमाच्या झगझगीत जगात असून सुद्धा काशी अगदी वेगळी मुलगी होती. ती मुलगी म्हणावी का कारण ती वयानं माझ्यापेक्षा पाच-सहा वर्षांनी मोठी होती. त्यात जाणूनबुजून तिनं नेहमी एक प्रौढपणाची शाल अंगावर घेतलेली असे. शांत सौम्य असा तिचा स्वभाव होता. तिच्या सगळ्याच वागण्या-बोलण्यामागं एक आर्त असा स्वर पार्श्वसंगीतासारखा ऐकू येई.

मी कुठं कुठं वर्णनं वाचलेली होती. त्या स्त्रीच्या पावलांना लाल कमळाची उपमा असे. आजपर्यंत माझा सगळ्या राकट, रासवट जगाशीच संबंध आला होता. त्यामुळे स्त्रीचं गोरेपण आणि तिच्या पावलावरची, तळव्याची लाली मला अज्ञात गोष्ट होती. काशीला पाहिल्यावर मला कळलं की, ओठ, गाल, हातापायांचे तळवे याला रंग लावावा लागत नाही. तो उपजतच असतो.

एकदा रात्री शुटिंग सुरू होतं. काही केल्या काशी सीनमध्ये जाईना. पाननिवळ्या जशा पाण्याच्या पृष्ठभागावरच सरसरतात तशी ती आत बुडी न घेता वरवर स्केटिंग करतेय असं मोहनरावांना वाटायला लागलं. मग ते मला म्हणाले, "प्लीज तुम्ही दोघं जरा बाहेर जा! हिंडा हिकडं-तिकडं, आणि हा सगळा सीन तुम्ही बाईंना नीट समजावून सांगा. तोवर मी दुसरं काहीतरी घेतो."

रात्रीचा एक-दीड वाजला असावा. शांत होतं सगळीकडे. स्टुडिओच्या आवारात रातराणी फुलून सुगंधाचा दर्या उसळला होता.

बसा-टेकायला कापडी झोळ असलेल्या दोन खुर्च्या आणायला सांगितल्या. बाजूला हिरवळीवर समोरासमोर खुर्च्या टाकून बसलो आणि मी माझ्या शब्दात तो

सीन सांगायला लागलो.

दहा ते बारा मिनिटं तन्मयतेनं मी सांगत होतो. उजेड अपुरा होता. लांबवर असलेला उभा गोल दिवा, जो हिरवा निळा प्रकाश टाकत होता तेवढाच. आम्ही एकमेकांना दिसत होतो. चेहऱ्यावरचे, डोळ्यांतले भाव काही दिसत नव्हते.

स्टुडिओमध्ये साध्या वहाणा घालून फिरणं फार धोक्याचं असतं. वायरींचं जाळं असतं. सेट उभारताना पडलेले खिळेमोळे असतात. बूटच आवश्यच. मी मधला मार्ग काढला होता. जाड पठाणी वहाणा मी वापरीत असे. पण कुठेही काही वेळ निवांत बसायचं झालं की या वहाणा, डाव्या पायानं उजव्या पायातली आणि डाव्या पायातली उजव्या पायानं अशी काढून आरामात बसायचं. पावलं एकमेकांवर टाकायची आणि कधी डावं, तर कधी उजवं पाऊल पिंपळपानासारखं हलतं ठेवायचं हा माझा नाद.

दहा मिनिटांनंतर एकदम शंका आली. गप्प झालो. काही प्रतिसाद नव्हता. ही ऐकतेय का नाही? तर काशीनं हळूच खाली झुकून माझ्या पावलावरनं हात फिरवला. माझ्या सर्वांगाचं मोरपीस झालं!

"काशी?"

तिचे ते लाल कमळासारखे हात पहिल्यांदा मी माझ्या हातात घेतले. आपल्याच भारानं बहाव्याची फांदी तुटून खाली कोसळावी तशी काशी माझ्या मांडीवर पडली.

"काशी?"

मॅक्सफॅक्टरच्या मेकअप्लासुद्धा एक सुरेख गंध असतो. काशीचे केस मऊ आणि सुगंधी होते. काशीच्या बोटांना सूक्ष्मपणे चॉकलेटचा वास येत होता. आपल्या पोटाला आत भूक कळते, तसा वर स्पर्श आणि आकारही कळतो.

स्टुडिओचा वॉचमन मुद्दाम काठी वाजवीत दूर उभा राहून म्हणाला, "साब–"

आम्ही दोघंही फ्लोअरवर परत आलो.

सेटवर झगझगीत प्रकाश होता. काशी त्यात जाऊन उभी राहिली, तेव्हा सिगरेटचा झुरका घेऊन मोहनराव म्हणाले, "रेडी?"

काशीनं मान हलवून होकार दिला. त्यावर मोहनराव म्हणाले, "वेट अ बिट! लाईट्स ऑफ! अरे, बाईंचा मेकअप एकदा नीटनेटका करा."

– आणि त्यांनी माझ्याकडे बघून डोळे मिचकावले!

मी लाईटच्या पुढे जाण्याआधी माझ्या शर्टवर नजर टाकली. कुठे मॅक्सफॅक्टरचे डाग नाहीत ना?

■

आठ

सगळ्या स्टाफमध्ये काशीला तिच्या पाळण्यातल्या नावानं हाक मारणारा मीच एकटा होतो. तिचं जाहीर नाव नलिनी होतं. अगदी सुरुवातीच्या बोलण्यातच सहजच तिनं हे मला सांगितलं होतं आणि मी म्हणालो होतो, ''तुझं हेच नाव सुंदर आहे. मी तुला काशीच म्हणणार!''

ती हसून म्हणाली होती, ''म्हणा!''

माझ्या घराच्या दिशेलाच तिचं घर होतं. स्टुडिओची गाडी जेव्हा नटनटींना सोडण्यासाठी निघे, तेव्हा सोयीस्कर म्हणून सर्वांना सोडत सोडत गाडीत शेवटी आम्ही दोघंच राहत असू. मी आमच्या भिकार चाळीच्या समोर उतरे आणि काशी हात हलवून माझा निरोप घेई.

कधी कधी तिच्या घरासमोरही गाडी थांबे, तेव्हा ती उतरून जाई. जाताना म्हणे, ''अच्छा लेखकमहाशय!''

''अच्छा!''

आम्ही दोघंच असताना ती कधीही म्हणाली नाही, येणार का घरी थोडा वेळ?

तिनं तसं म्हणावं असं मला पुष्कळदा वाटे मात्र! तिचं घर कसं आहे, घरी कोण कोण आहे, मला काही माहीत नव्हतं. मी विचारलंही नाही. त्या मानानं तिनं मला पुष्कळच विचारलं होतं. मी बरंच काही सांगितलंही होतं. शुटिंगच्या मध्ये वेळ बराच मिळायचा. फालतू बोलायलाही वेळ असायचा.

सकाळी मी घरून जेवूनच निघत असे. त्यामुळे दुपारी लंच वगैरेचा प्रश्न नसे. टोस्ट, ऑम्लेट, कॉफी यावर लंच होई किंवा इडली-सांबार काहीही.

काशीचा डबा घरून येई. मनगट हलवत एक पोऱ्या हा डबा आणे. हिरॉईनसाठी असलेल्या स्वतंत्र मेकअप रूममध्ये बसून बाई जेवत. स्वच्छ नॅपकीन, डिश, काटे-चमचे... कधी मासळी, कधी कोंबडी असल्या जेवणाचा वास येई. जेवण झालं की एखादं फळ कापून, बाईंच्या पुढे ठेवून, पोऱ्या आवराआवर करी आणि डबा घेऊन जाई.

एकदा हा लाजत-लाजत माझ्यापुढे आला. "बाईंनी विचारलंय, लंच झालं का?"

"नाही! जाईन आता बाहेर, का?"

"मेकअप दाखवायचा आहे. मी येऊ का म्हणतात?"

"मीच जाता जाता मेकअप रूममध्ये डोकावेन."

गेलो तर डबा अजून उघडलेला नव्हता.

"खाणार का माझ्याबरोबर थोडं? बांगड्याचं कालवण आहे."

"खाऊ."

मग माझ्या लक्षात आलं की, बरंच जेवण बाईंनी मलाच वाढलंय.

"हे काय तुला?"

"मला सीन करायचा आहे. कालवण-भात खाऊन झोप काढायची नाही. घ्या! तुमच्यासाठीच आणलंय सगळं! आवडलं का?"

"दत्तूनंच केलेलं ना?"

यावर हसून काशी म्हणाली, "तुम्ही लिहिता आणि आम्ही बडबडतो, तसंच! मी सगळी तयारी करते, हा फक्त शिजवतो."

हा प्रकार वरचेवर होऊ लागला. चवदार जेवण आणि दोन सुरेख विडे तर डब्यात असतच, पण पुढे-पुढे डिश, चमचा, नॅपकीन हे सगळंच दोन-दोन येऊ लागलं.

पुरुषाच्या हृदयापर्यंत पोहोचण्याची वाट पोटातून असते, हे बहुतेक बायकांना उपजतच माहीत असतं.

शुटिंग नव्हतं. स्टुडिओत काही कामही नव्हतं. उगीच भटकायला म्हणून बाहेर पडलो आणि कितीतरी महिन्यांनी, कॅडेल रोडवरच्या एका बसस्टँडवर उभे राहिलेले बनकर दिसले. त्यांचं सगळं रूपच बदलून गेलेलं दिसलं. अंगात पांढरा अंगरखा, खाली दुटांगी धोतर, पायांत वहाणा, हातात एक कातडी पोतडी.

मी रस्ता ओलांडून जवळ गेलो.

“आज बसनं?”

तोच पूर्वीचा उत्साह, खळखळून हसणं, स्वत:चीच टिंगल. घाईनं बोलणं.

“मोटार विकली कधीच! तुम्ही कुणीकडं निघालात?”

“अगदी निर्हेतुक, भटकायला.”

“चला मग घरी.”

“चला!”

ग्रँड रोड स्टेशनच्या परिसरात कुठंतरी मोठ्या इमारतीत चार खोल्यांचा फ्लॅट होता. फ्लॅटच्या मालकाची आर्थिक स्थिती खालावलेली आहे, हे फर्निचरच्या कळेवरूनच दिसत होतं.

बसलो. पोरं बघून डोकावून गेली. सौभाग्यवती आल्या. हसून म्हणाल्या, “काय म्हणताहेत लेखक?”

“चाललंय!”

घराच बरीच माणसं असावीत. दोन भाऊ होते. एक मोठा कुठंतरी जाहिरात कंपनीत काम करीत होता. धाकटा कसलातरी कोर्स करीत होता.

म्हातारी आई जप करीत, गॅलरीत बसली होती. अंगावर नऊवारी पांढरं पातळ, पांढरीच चोळी, शांत चेहरा. सोसलं, भोगलं ते सगळं चेहऱ्यावर सुरकुत्यात उमटलेलं.

सगळ्यांचा परिचय झाला. चहापाणी झालं. मग बनकर म्हणाले, “चला! इथं शेजारी छोटीशी बाग आहे, वाऱ्यावर जाऊन बसू थोडा वेळ.”

मी ओळखलं की, पिक्चरच्या बाबतीत यांना सगळा खुलासा करावयाचा आहे.

बागेतल्या बाकावर बसल्यावर म्हणाले, “तुम्ही वाट पाहत असाल पिक्चर केव्हा लागतोय याची.”

“हो! कशात अडलंय?”

“तुम्हाला अगम्य गोष्टी आहेत त्या. फार खर्च झाला. शुटिंग डेज खूप वाढले. चाळीस टक्क्यानं मला बाहेरनं पैसे आणावे लागले. प्रचंड ओझं आहे शिरावर. कॉपीज काढायला तरी पैसे पाहिजेत ना! झालीय आता व्यवस्था. पुढच्या महिन्यात बहुतेक रिलीज होईल.”

“कसं झालंय, तुम्ही ‘एडिटेड’ असं सगळं बघितलं का?”

“संतपट जसा असावा तितपत झालंय. बॉक्स ऑफिसला कसं जाईल, हे काही आपण सांगू शकत नाही.”

पण बनकरांच्या बोलण्यात फारसा उल्हास नव्हता. जरा वेळ गप्प राहिले आणि म्हणाले, “शेवटी शेवटी माझंच दुर्लक्ष झालं सगळ्याकडे. या गोष्टी

बोलण्यासारख्या नसतात. पण तुम्ही लेखक आहात. समजाल सगळं. मी फार वाहावलो कसा, का? हे सगळं आता मला कळतं. त्या वेळी काही कळलं नाही.''

''कुतूहल म्हणून विचारतो, अवघड वाटलं तर सांगू नका. पण चांगलं घर, आपली माणसं, समृद्धी, काम करण्याची हिंमत आणि ताकद हे सगळं असताना शहाणा सवरता माणूस वाहवत जातोच कसा?''

बनकर विषण्णपणे हसले.

''घरी जे मिळत नाही ते तिथं मिळतं. मी तुम्हाला अजूनही सांगतो, तुम्हालाही कळेल आयुष्यात कधीतरी. माणूस एकाच वेळी दोन स्त्रियांवर प्रेम करू शकतो. बाईंनी खरोखरच फार प्रेम केलं माझ्यावर. झोकून दिलं. काही हातचं ठेवलं नाही. तुम्हाला खोटं वाटेल पण माझ्या पावलांना छातीवर घेऊन, त्याची चुंबनं घेत असत त्या. मला काय हवं आहे, काय नको, माझा मूड काय आहे हे त्यांना जितकं कळत असे, तितकं आजवर कुणाला कळलं होतं? रात्री बारा-बारा वाजेपर्यंत वाट पाहत बसत माझी जेवायला. स्वतःच्या हातांनी गरम करून जेवू घालत. माझं खाणं होईपर्यंत समोर बसत. रिकाम्या झालेल्या प्याल्यात पाणी सुद्धा कधी मला ओतून घ्यावं लागलं नाही, इतकं लक्ष असे त्यांचं माझ्यावर! माझा मूड, माझं सुख, माझं दुःख, माझ्या लहरी सगळ्या त्यांना कळत. फार-फार सेन्सेटिव्ह आहेत. आयुष्यातले अत्यंत सुखाचे क्षण मी त्यांच्याबरोबर काढलेत. घरी सगळे बोथट झालेले असतात. कारण सिक्युरिटी, अतिपरिचयात अवज्ञा.''

''मग हे सगळं संपून गेलं आता?''

''मी संपवलं.''

''का?''

''एक विलक्षण प्रसंग घडला आणि मला विरक्ती आली. माझं घराकडे फार दुर्लक्ष होत असे तेव्हा. कधी वेळेवर मी घरी जेवायला जात नसे. सण समारंभांना हजर नसे. पण मला कोणी काही बोललंही नाही. भाऊ नाही, बायको नाही, आई नाही. पण हळूहळू घरातलं चैतन्य हरवलं. मला बघताच सगळे चेहरे गंभीर व्हायचे. आनंदच गेला घरातला. परक्या माणसाला सुद्धा ते घरात जाणवायचं. मलाही जाणवायचं. पण मी जिद्दीला पेटलो होतो. वाटायचं, मी सुखी आहे, मला आनंद वाटतो आहे. तो मी का घ्यायचा नाही? मी या सर्वांचं सगळं करेन. आणि थोडंफार स्वतःतही रंगेन. मी कुणावर अन्याय करीत नाही.

''पण एके दिवशी श्रावणी शुक्रवार होता. मला काही भान नव्हतं. घरी सांगून गेलो होतो संध्याकाळी येईन म्हणून. आणि रंगलो तिथं. सुरेख ड्रिंक्स होती. बाईंचे पपा म्हणाले बसा हो, आज जेवून जा. मी तुम्हाला घरी पोहोचवेन तशीच वेळ

आली तर. त्यांचं तुम्हाला ठाऊकच आहे! नऊ-साडेनऊ, दहापर्यंत बसलो. आमच्याबरोबर आले केव्हा, उठून गेले, झोपले ते कळलंही नाही.

अकरा वाजले आणि बेल वाजली. नोकरानं दार उघडलं आणि मला आत येऊन सांगितलं, 'साब, आपल्याकडे कुणी आलंय.'

'कोण या वेळी?'

'कोई बुढी है साब-आपको मिलना है, दोन मिनट!'

झोकांड्या खात गेलो.

बघतो तर माझी आई जिन्याच्या पायरीवर बसलेली. मला बघताच म्हणाली, ''अरे आप्पा, आज श्रावणी शुक्रवार. तुला ओवाळायचं होतं. बैस इथंच दोन मिनिटं. मी तबक निरांजन आणलंय. ओवाळते आणि जाते –''

मला भडभडून आलं. पाय धरले तिचे. म्हणालो, ''आई –''

बनकरांना पुढे सांगणं अशक्य झालं. त्या प्रसंगाच्या केवळ आठवणीनं ते दोन्ही हातांत चेहरा झाकून गदगदू लागले.

मी त्यांच्या पाठीवरनं हात फिरवीत राहिलो.

''बनकर, टाईम इज ए ग्रेट हिलर.''

आवेग ओसरल्यावर बनकर काही क्षण स्वस्थ बसले. म्हणाले, ''मी कुणाला सांगितलं नव्हतं हे आजपर्यंत. कुणाला सुद्धा नाही; शशीला सुद्धा. तसाच आईला घेऊन जिना उतरलो. गाडी काढून घरी आलो. म्हणालो, आता ओवाळ, जेवायला वाढ.''

''आता सगळं सोडलंय मी. खाणं-पिणं आणि हा व्यवसाय सुद्धा. काही करावं वाटत नाही. धार्मिक ग्रंथ वाचतो. सकाळ-संध्याकाळ देवपूजा करतो.''

यानंतर बरोबर अडीच महिन्यांनी 'कान्होपात्रा' कुठंतरी रिलीज झालं. आमंत्रण असून मी गेलो नाही. दोन दिवसांतच पिक्चर उडालं. काही ऐकू आलं नाही.

मास्तरांकडनं कळलं की चित्रपटाला एकसंधपणाच नव्हता. गती नव्हती आणि तंत्रदृष्ट्या ते दरिद्री वाटत होतं. पहिलंच मूल, जन्माआधी गेल्यावर पहिलटकरणीनं करावा तसा माझ्या मनानं आकांत केला.

पहिले दोन महिने मोहन पिक्चर्सचं शुटिंग सुरळीत चालू होतं. हा सगळा प्रयोगच होता. ऐंशी हजारांच्या बजेटमध्येच आमचं सगळं चित्र पुरं होणार होतं. हा एक विक्रमच होता. कारण आम्हाला नटनटींसाठी प्रचंड खर्च नव्हता. स्टोरी, डायलॉग यांनाही नव्हता आणि स्टुडिओत इतर कंपन्यांची अनेक चित्रं चालू होती. जेव्हा बाहेरचं भाडं नसेल, तेव्हा आम्ही शुटिंग करीत होतो. त्यामुळे स्टुडिओ

भाड्याचाही प्रश्न नव्हता. अधूनमधून माझाही मेकअप असे. मिश्या लावल्यामुळे, मुसक्या बांधलेल्या तोंडानं दिवसभर वावरावं लागे. स्पिरिटगमनं लावलेल्या मिश्या इतक्या तडतडत की, त्या फाडून काढून फेकाव्या वाटत.

संध्याकाळी पाच वाजता शुटिंग पॅकअप झालं. आवराआवरी होईपर्यंत काही वेळ गेला. स्टुडिओची गाडी खाशा मंडळींना पोहोचवायला निघाली. पोहोचवत पोहोचवत, काशीच्या घराजवळ आलो. आम्ही दोघंच गाडीत होतो.

हळूच ही म्हणाली, "येणार का, चहा प्यायला. खूपच दमलाय नाही आज?"

गेलो!

पुणेरी वाड्यासारखाच थोडाफार प्रकार होता. आत शिरताच मध्ये लांबडं-उभं अंगण आणि दोन्ही बाजूंना बिऱ्हाडं होती. चौकटींना लावलेली तोरणं, टांगलेल्या फुलझाडांच्या कुंड्या, पायरीवर बसलेल्या बायका.

काशीच्या घराला कुलूप होतं. पर्समधनं किल्ली काढून तिनं दार उघडलं. खिडकी उघडली.

दहा बाय दहाची खोली. आरामखुर्ची, टीपॉय, आणखी दोन लाकडी खुर्च्या. खोलीत मोठी सतरंजी अंथरलेली. कोपऱ्यात गवसणी घालून ठेवलेला तंबोरा, बाजाची पेटी, तबला-डग्गा, भिंतींना निळा रंग.

दर्शनी एक मोठा पाटाएवढा फोटो. उलटे फिरवलेले ऐटबाज केस, गुळगुळीत चेहरा, गळ्याला स्कार्फ आणि अंगात कोट.

नाटकातले नट किंवा भावगीत गायक किंवा गायक मास्तर!

काशीवरून तिच्या घराची मी जी कल्पना केली होती, तिच्यात हे सगळं मला विसंगत वाटलं.

मधल्या दाराला पडदा नव्हता. आत समोरच असलेली लोखंडी कॉट दिसत होती. तिच्यावर साधी रंगीत चादर होती.

ती आत गेली होती. मी आरामखुर्चीत झुलत बसलो होतो. जराशानं आत कपबशी वाजली.

"येऊ का आत?"

"नको, आले मीच बाहेर."

एवढ्यातल्या एवढ्यात दोन फ्रॉकवाल्या पोरी, एक लठ्ठ बाई माझ्याकडे बघत दारावरनं पुढं गेल्या आणि पुन्हा तशा बघत परत गेल्या.

भिंतीशी, जमिनीला लागून असलेल्या कोनाड्यात मला ब्राऊन रंगाची बूट जोडी आणि घरात वापरायच्या सपाताही दिसल्या.

कुणाच्या बरं? हे घर आहे कुणाचं? काशीचंच का?

पुढची काही मिनिटं फार अस्वस्थ गेली. त्यापुढची अनंत शक्यता पोटी घेऊन येऊ लागली. पाय वाजले.

ट्रेमध्ये चहाचे कप आणि चकली-लोणी घातलेल्या दोन बश्या घेऊन काशी बाहेर आली. तिनं चेहरा धुतला होता, पावडरचा पफ फिरवला होता, साडी बदलली होती.

हसतमुखानं ती बाहेर आली आणि ट्रे टीपॉयवर ठेवून माझ्या शेजारी खुर्ची ओढून म्हणाली, ''घ्या!''

बाहेर आता अंधारून आलं होतं. दिवेलागणीची वेळ झाली होती. काशी एखाद्या मोगऱ्याच्या फुलासारखी ताजी दिसत होती.

कित्येक दिवस माझ्या मनात प्रश्न होता, तो याच कातरवेळी विचारणं योग्य होतं.

त्या दिवशी सीन सांगत असताना तुला काय झालं होतं?

''घ्या ना.''

तिच्या डोळ्यात पाहत मी म्हणालो, ''काशी –''

आणि एवढ्यात दत्तू दारातून आत आला. रेघारेघांचा शर्ट आणि भुईवर लोळणारा पायजमा घातलेला दत्तू हातात कसली तरी जड पिशवी घेऊन आला आणि त्यानं चपला काढल्या.

काशी दचकून बोलल्यासारखी म्हणाली, ''अरे, तू आज येणार नव्हतास ना दत्तू?''

दिव्याचं बटण लावून, बल्बला नमस्कार करून दत्तू म्हणाला, ''होय बाई! पण मनात आलं तुम्ही दमून भागून याल. स्वयंपाक करायला कंटाळाल. कपभर दूध पिऊन झोपाल. म्हणून आलो.''

''अरे पण, बारसं होतं ना तुझ्या भाऊबंदात कुणाच्या घरी?''

''झालं! नाव ठेवलं. मी काय मग थांबलो नाही. हळूच पळून आलो.''

दत्तू घाईनं स्वयंपाकघरात गेला.

मी भराभरा चहाचे घोट घेतले. चकलीचा तुकडा मोडला. म्हणालो, ''निघू आता मी?''

''का हो, बसा ना! माझा सगळा वेळ आतच गेला.''

''जातो आता. पुन्हा येईन कधी.''

''नक्की हं!''

''नक्की.''

मराठी पिक्चर सुरू झालं होतं, पण कंपनीची स्थिती आता 'बडा घर, पोकळ

वासा' अशी झाली होती. एकापाठोपाठ एक तीनही हिंदी पिक्चर्स पडली होती. एक्स्ट्रॉ नटांचे पैसेही वेळेवर मिळत नव्हते. आमचे पगारही मागे-पुढे, अर्धेमुर्धे होत होते.

प्रॉडक्शन मॅनेजरच्या ऑफिस बाहेरच्या बाकावर देणेकऱ्यांची रांग बसून राहायची.

मिश्यांना आणि केसांना तांबडा रंग लावलेला एक अँग्लो-इंडियन काही दिवस नेमानं येऊन बाकावर बसत होता आणि निराश होऊन परत जात होता. त्याची माझी फक्त तोंडओळखच होती. 'गुड डे', 'गुड मॉर्निंग', 'हाऊ आर यू धिस मॉर्निंग', 'फाईन', 'थँक्स' यापलीकडं कधी भाषा झाली नव्हती.

एकदा तो मला म्हणाला, ''इस अदालत का कोई भरोसा नहीं!''

– आणि गेला. फार आब राखून हा वागत होता. सुसंस्कृतपणे वागत-बोलत होता. त्यामुळे त्याचे पैसे कधीकाळी मिळतील असं वाटत नव्हतं.

मी चौकशी केली तर कंपनीच्या पडलेल्या तिन्ही पिक्चर्सना त्यानं एक्स्ट्रॉज पुरवले होते. या बिलांपैकी फक्त सहाशे रुपये राहिले होते आणि ते काही त्याला मिळत नव्हते.

मॅनेजर फातरफेकरसाहेब हे साठीकडे झुकलेले फार खडूस गृहस्थ होते. टक्कल, सोनेरी चश्मा, समोरचे दोन पडके दात यामुळे ते गाढव वाटत. थोडे होतेही! पण व्यवहाराबाबत मात्र चतुर होते. लोक सतत फोन करतात किंवा प्रत्यक्ष भेटतात आणि पैसे मागतात म्हणून ते स्टुडिओच्या आवारातूनच हिंडत राहत. बसले तर झाडाखाली खुर्ची टाकून बसत. क्रीमकलरचा सिल्कचा शर्ट, पांढऱ्या ठिपक्यांचा काळा टाय आणि आर बावन्नची पांढरीशुभ्र पॅन्ट हा त्यांचा सततचा पोशाख असे. मात्र विड्या ओढत आणि काड्याची पेटी जो दिसेल त्याला मागत. चौकीदार, प्यून, स्टुडिओ कामगार – कुणालाही. आणि कोणी नाही म्हटलं की, त्यांना फार राग येई. आरडाओरडा करीत, ''काय बेवकूफ आहेस! खिशात पेटी नाही तुझ्या? घेऊन ये कुणाची तरी, जा!''

त्यामुळे गुरखा, चौकीदार, प्यून हे खिशात पेटी नसली, तर त्यांना चुकवून आडबाजूला जात.

अलीकडे त्यांना एक गडद चॉकलेटी रंगाचं जर्कीन मिळालेलं होतं. ते सदैव अंगात असे.

एकदा मला म्हणाले, ''काय लेखक –?''

मी हसून म्हणालो, ''बरं आहे, या महिन्याच्या पहिल्या तारखेला पगार मिळाला तर!''

फातरफेकर ओशाळवाणं हसले आणि बिडी पेटवत म्हणाले, ''कंपनीच्या पडत्या काळात तुम्ही इथं आलात, फार वैभवाचा काळ पाहिलाय आम्ही.''

मोहनरावांच्या उत्साहात काही फरक नव्हता. वेळ मिळेल तेव्हा धुमधडाक्यानं त्यांचं शुटिंग चाले. वारंवार ते मला म्हणत, ''फर्स्टक्लास पिक्चर होणार लेखक! तुम्ही चिंताच करू नका!''

''मोहनराव, अर्थ हा जीवनाचा पाया आहे.''

''हो, ते खरं आहे. थोडी गैरसोय होतेय खरी. पण, आपण पिक्चर पुरं करणार आणि ते एकवार लागलं की, पुढे ही आजची चिंता राहणार नाही.''

''आपलं ठीक आहे हो, आपण निर्मितीचा वगैरे आनंद घेतो; पण घरी.''

मग ते गंभीरपणे म्हणत, ''मी एकवार शेटना भेटून सांगतो.''

शेट ऐकून काय करणार? ते स्वत: गळ्याइतके बुडालेले होते.

किती ताणाबाण्यात मी अडकला गेलो होतो! सगळी मायेची माणसं आपल्याला दुरावली. सगळ्यांनी आपल्याला टाकून दिलं आहे, ही व्यथा कुठेतरी खोल दुखत असायची. भविष्याकडे पाहिलं की सगळा अंधार दिसायचा, स्थिर होण्यासाठी मी काय बरं करणार होतो? आर्थिक ओढग्रस्त ही तर नित्याची बाब झालेली होती आणि या सगळ्या गुंत्यातून माझं मन ओढाळ गुरासारखं धावत असायचं आणि एकीकडं सारखं वाटत राहायचं की, आपलं खरं काम आहे ते लिहायचं. ते केलं पाहिजे. छान-छान वाचलं पाहिजे. सुरेख लिहिलं पाहिजे. त्यात अडथळा आणणारी प्रत्येक गोष्ट घट्ट मनानं दूर सारली पाहिजे.

माणसाला पैसे लागतात हे खरं, पण त्यासाठी किती कष्टायचं? कुणी सांगितलं सिनेमात पैसे मिळतात म्हणून?

कोण काशी?

माझ्या मनाचा एवढा मोठा भाग तिनं व्यापावा?

छे! काही खरं नाही!

अशा विरक्तीच्या मूडमध्ये मी असतानाच सामंत टॅक्सी घेऊन स्टुडिओत आला. म्हणाला, ''तुझं काम आटपलं का रे? चल, बाहेर पडू!''

''कुठं?''

''घुमू नुसतं टॅक्सीतनं. बाहेरच्या रस्त्यानं फोर्टमध्ये जाऊ आणि परत येऊ ''

''चल!''

मला हा जरा गंभीरच वाटला.

टॅक्सीत बसल्यावर बराच वेळ गप्प होता. मग म्हणाला, ''मित्रा, मी लग्न करतोय!''

एकूण स्त्री, संसार वगैरेसंबंधी सामंताची मतं मला माहीत होती. त्यामुळे हा एक लहानसा धक्का होता.

स्त्रियांना आत्मा नसतो, हे कोणा प्रेषिताचं वाक्य तो नेहमी सांगत असे. त्याचा हात हातात घेऊन मी उत्साहानं म्हणालो, ''उत्तम! पण ही आनंदाची बातमी सांगताना तू इतका अस्वस्थ आणि गंभीर का?''

''ती सिनेमा नटी आहे.''

''सो व्हॉट?''

''जुगार आहे मित्रा! जाणूनबुजून मी खेळतोय. जिंकलो तर त्यापरता आनंद नाही.''

बापडा सामंत! त्याचं आजवरचं आयुष्य म्हणजे चणे-चिरमुरेच होते. लहानपणी आई मरून गेली होती. वडिलांनी दुसरं लग्न केलं होतं. हा पोरवयात खेडं सोडून मुंबईला आला होता आणि धडपडत, धडपडत शिकला होता. त्याच्याही आजवर अनेक बारीकसारीक नोकऱ्या झाल्या होत्या. अजून तोही कुठं स्थिर नव्हता.

मी विचारलं, ''नवा उद्योग कसा आहे तुझा?''

''वाईट नाही.''

''मग कशाला काळजी करतोस. करून टाक!''

''ते तर मी ठरवलंच आहे.''

''पण तिच्या, तुझ्या घरातल्या लोकांचा विचार घे रे बाबा.''

''ते सगळं रीतसर होईल रे! तिचे आई-वडील, माझी बहीण, मेव्हणे, सर्वांचं बोलणं झालं आहे.''

अशा स्वरूपाचा काही अपघात सामंताच्या बाबतीत घडेल असं वाटलं नव्हतं.

त्याच्याशी बोलून मी घरी आलो. रात्री अंथरुणावर पडलो तेव्हा माझ्या मनातल्या चिंतांच्या ढिगात आणखी एक भर पडल्याचं माझ्या लक्षात आलं.

मध्यरात्रीपर्यंत मी जागाच होतो.

मग हलक्या आवाजात प्रश्न आला, ''जागेच आहात?''

''हो!''

''मीही.''

''का?''

''उद्या-परवा एवढ्यात कुणातरी चांगल्या डॉक्टरना दाखवलं पाहिजे. मला शंका येतेय....''

■

नऊ

रात्री अवेळी दार वाजलं. नुकताच दिवा मालवून मी स्वस्थ पडलो होतो. पहिला विचार मनात आला, तार तर नसेल कुणाची?

"कोण?"

"मी दामू."

दार उघडलं तर हातात पिशवी घेऊन दामू उभा. त्याच्या कपड्यांना रेल्वेच्या डब्याचा वास.

मोरीत जाऊन त्यानं हातपाय धुतले आणि चटई घेऊन बसला.

"आत्ताच मुंबईत आलो. घरी गेलो तर घराला कुलूप. शेजारी चौकशी केली, तर आई गावी गेल्याचं कळलं."

"अरे पण तू नाहीसा कुठं झाला होतास? काही सांगितलं नाहीस. कळवलं नाहीस. म्हातारी इकडं काळजीनं खचून गेली."

"हिमालयात गेलो होतो."

"हिमालयात?"

दामूचा चिकट स्वभाव मला माहीत होता. याच्यासारख्याला हिमालयातच जाण्याची बुद्धी होणं, हा चमत्कार होता.

"पगाराचे पैसे हातात आले आणि असा वैताग आला की, अंगावरच्या कपड्यांनिशी स्टेशनवर गेलो. दिल्लीचं तिकीट काढलं. गेलो दिल्लीला. तिथनं थेट

ऋषिकेश आश्रमात राहिलो एका गुरुमहाराजांच्या जवळ. लंगोट्या धुवायच्या. आश्रमाची झाडलोट करायची आणि राहायचं. दोन वेळा जेवण मिळे. शेकोटी मिळे. गंगेत स्नान करावं, जपजाप्य करावं. रानावनात हिंडावं. मजेत होतो. रेशन, कोळसे, ट्राम, गर्दी, साहेबांच्या शिव्या – काही नव्हतं.''

''मग परत येण्याची बुद्धी बरी झाली?''

''एका रात्री आईची फार आठवण आली. उठून रडत बसलो. एकटाच. कसं काय कोण जाणे, गुरुमहाराजांना कळलं. म्हणाले, बेटा हा तुझा मार्ग नाही. या मार्गानं जाऊ म्हणशील तर चुकशील. दुःखी होशील. तू आपला ताबडतोब घरी जा आणि तुझ्या माणसात जाऊन पड. म्हणून आलो माघारी.''

''आता पुढं?''

''रात्री एक वाजता गाडी आहे. जातो पुण्याला आणि तिथून आपल्या गावाला!''

पुढं काही वर्षांनी मला कळलं की, दामू आमच्या गावाशेजारच्या एका सर्वोदय केंद्रावर नोकरीला लागला. त्याचं भलंही झालं म्हणे. म्हणजे लग्न, मुलंबाळं, घर-संसार वगैरे. आणि पुढे हेही कळलं की वैताग का, तर ज्या मेव्हण्यांनी त्याला बेस्ट कंपनीत ट्रामकंडक्टर म्हणून नोकरी लावली, त्यांच्या बहिणीची एक काळी, बुटकी, दात पुढे असलेली मुलगी यानं करून घ्यावी असा मेव्हण्याचा, बहिणीचा आणि आईचा आग्रह होता. त्यामुळे विरक्ती येऊन यानं हिमालयात तात्पुरती साधुगिरी केली. त्यामुळे घरदार हबकलं. शोधाशोध सुरू झाली ते याला कळलं आणि संकट टळलं अशी खात्री झाल्यावर हा माघारी आला.

माझ्या मनानं नोंद घेतली की, हाही प्रयोग करून बघायला पाहिजे एकदा.

पिक्चर आता झपाट्यानं संपत आलं. वरचेवर आम्ही झालेला भाग पाहत होतो आणि खूश होत होतो. आपल्या श्रमांचं सार्थक होणार असं वाटत होतं. अतिशय वास्तव, दृश्यांतून बोलणारं, मनाला भिडणारं असं चित्र तयार होत होतं. घरच्या विवंचनेत असल्यामुळे मी पहिल्यासारखा स्टुडिओत रमत नव्हतो. जेवढ्यास तेवढं असं चालू होतं. पुष्कळदा, पॅकअप झाल्यावर स्टुडिओच्या गाडीतून जाण्याऐवजी मी परस्पर सटकत असे.

काशीनं हळूच विचारलं, ''उद्याच्या रविवार काय कार्यक्रम आहे?''

''काही नाही.''

''माझ्या घरी येणार दुपारी तीनच्या सुमाराला?''

''तीनऐवजी साडेतीन?''

ती हिरमसून म्हणाली, ''या ना तीनलाच!''

"बरं!"

सामंताच्या ओळखीचे एक चांगले डॉक्टर होते. आम्ही तिघं मिळून गेलो. डॉक्टरनी तपासलं. मग मलाच आत बोलावलं.

"तुम्हाला काका किती?"

"दोन."

"आत्या?"

"नाही."

"मावश्या?"

"एक."

"तुम्ही भाऊ किती?"

"सहा."

"बहिणी?"

"दोन."

"मिसेसना काका?"

"माहीत नाही."

"मावश्या?"

"सात."

"बहिणी?"

"चार."

"भाऊ?"

"एक."

डॉक्टर लिहून घेत होते. ते खुर्चीच्या पाठीला रेलले आणि स्मित करून म्हणाले, "वेल-वेल, यंग मॅन! टेक इट फॉर ग्रॅन्टेड दॅट युवर वाईफ इज प्रेग्नंट!"

मधे थोडा वेळ थांबून पुन्हा म्हणाले, "आणि बहुधा मुलगी होईल."

हे मला अकल्पित होतं. आत्तापर्यंत दोघं होतो. आता तिसऱ्या जिवाची जबाबदारी येणार. जुनं जाणतं असं कोणी माणूस घरात नाही. कुणाला बोलावू म्हटलं तर कोणीही येणार नाही. सगळ्या प्रसंगांशी सामना एकट्यानंच द्यावा लागणार.

शनिवारची रात्र विवंचनेत गेली. रविवार सकाळी काही उत्साह नव्हता. दुपारी तीन वाजायला आले.

काशीचा आर्जवी स्वर अजून कानात होता. काही महत्त्वाचा उद्योग नव्हता. कोण आलं नव्हतं. काही आकस्मिक कारण घडलं नव्हतं. मी सहज जाऊ

शकलो असतो.

मी तीन वाजून गेले तरी गेलो नाही. ती किती वाट पाहील, कशा येरझाऱ्या घालील हे माहीत असून गेलो नाही.

पुढे ओळीनं काही दिवस शुटिंग नव्हतं. मी स्टुडिओत गेलो नाही. काशी भेटली नाही.

एके दिवशी दाणकन मामा, मामांची मुलगी आणि मामांचा नवा जावई मुंबईला येऊन हजर झाले.

तांबड्या मातीनं रंगलेले कपडे घालून, ट्रंक-बोचकी घेऊन ही मंडळी नि:संकोचपणे आली.

मी बाहेर गेलो होतो. घरी परत आलो तेव्हा पहिलवान मामा मोरीत उभे राहून अंघोळ करीत होते. त्यांच्या कमरेला लंगोट होता आणि त्यांची पट्टी लोंबती सोडलेली होती. गावच्या ओढ्यावर करावी तशी ते अंघोळ करीत होते. मुलगा, सून, माझी बायको, सगळे चूप आत कोपऱ्यात बसून होते.

माझ्या गोऱ्यामोऱ्या चेहऱ्यावरून त्यांना बहुधा कळलं असावं की, हा गृहस्थ अस्वस्थ झाला आहे. म्हणाले, ''मला लेकरासारखीच की हो सगळी! म्हटलं कशाला भाईर बसता, बसा आतच. मी आपली अंघुळी उरकून घेतो.''

कपडे वगैरे करून झाल्यावर त्यांनी विषय काढला. म्हणाले, ''भायखळ्याला भाजीचा गाळा हाय आपला एक. जावायास्नी म्हणालो तुमी बघा त्यो आन ऱ्हावा मुंबईला. खोली हाय कंदीतरी आपलीच. टेंपरवारी ऱ्हायलाय तुमी – मोकळी करून द्याल.''

म्हणजे त्यांनी चक्क सुचवलंच होतं की, ही खोली आता माझ्या मुलीला मी दिलेली आहे. तुम्ही ती सोडा आणि काहीही व्यवस्था बघा!

आपल्याला उपडून टाकणारे हात किती असतात! म्हणजे आता झोपडपट्टी, फूटपाथच बघायला पाहिजे होता. शुटिंग पुन्हा सुरू झालं. काशीनं थंड डोळ्यांनी माझ्याकडे साभिप्राय पाहिलं. मी म्हणालो, ''रागावू नकोस काशी, मी आज संध्याकाळी येईन. खूप बोलेन. तुझा राग जाईल असं करेन.''

तर म्हणाली, ''बरं!''

खरंच त्या दिवशी मी तिच्या घरी गेलो. सुदैवानं दत्तू आलेला नव्हता. हात हातात घेऊन मी तिच्याकडे पाहिलं तर आपल्या लालचुटुक तळव्यानं माझे डोळे झाकत म्हणाली, ''नका असे बघू. शहारे येतात.''

मी म्हणालो, ''काशी, तू फार वाट पाहिलीस का त्या दिवशी?''

तर म्हणाली, ''पाहिली! आणि पुढच्या भेटीत तुम्हाला तोडून रिकामं व्हायचं असं ठरवलं!''

"का?"

"नका यात पडू. एकवार तुम्ही आणि मी खोल पाण्यात गेलो की, गटांगळ्या खाऊ. गुदमरू आणि तळाशी जाऊ –"

"मग हे पहिल्यांदा का नाही बोललीस, का माझ्या पायाला हात लावून अंगावर कोसळलीस?"

"कसं सांगू तुम्हाला? मी कोण हो? सामान्य मुलगी. नाटकात, कधी कधी सिनेमात काम करणारी. जमेल तसं जगणारी, भरकटतच चाललं होतं सगळं माझं. त्यात कधी नव्हे ते तुम्ही मला हिरॉईनच्या पदावर चढवलंत. स्वप्नात सुद्धा नव्हतं कधी. त्या दिवशी तुम्ही सीन सांगत होता, तल्लीन होऊन सांगत होता. माझं मन एकदम दोन लोंढ्यांनी भरून आलं. कृतज्ञता होती आणि एक जिद्दही होती की, यांना मी मिळवेन."

"पण, मी पाहिलंय, असलं काही झेपायचं नाही तुम्हाला. संकोची आहात. सरळ आहात आणि बायकांच्या जाळ्यात सहज सापडण्याइतके भाबडे आहात. जळात राहून कोरडे असं नाही तुमचं, भावनांच्या लोंढ्यात वाहून जाता."

"नकाच या वाटेनं कधी जाऊ. आणि दुसरंही एक सांगते, पटायचं नाही पण सांगते. हा सिनेमाचा व्यवसाय तुमच्यासाठी नाही. दुसरं काहीतरी करा. हुशार आहात, ज्यात पडाल त्यात नाव काढाल!"

बराच वेळ गप्पा बसून मी विचारलं, "म्हणजे आपण एकमेकांचा निरोप घेतला असं समजायचं."

"हो! मनात काही कडवटपणा ठेवायचा नाही. समजा, भेटलोच कुठं पुन्हा तर हसून मोकळ्या मनानं बोलायचं."

"बरं! मी आता जाऊ का, काशी?"

"थोडंसं थांबा. चहा करते मी. दोघं इथं बसून घेऊ. मग जा!"

तिनं चहा केला. आम्ही दोघांनी घेतला. सुपारीची पूड तोंडात टाकली.

"जाऊ आता?"

"हो, जा!"

रस्त्यापर्यंत ती मला पोहोचवत आली.

"अच्छा!"

"अच्छा, लेखकमहाशय!"

भावनेचा चिवट धागा तटकन कसा तोडावा हे मला ज्यांनी ज्यांनी शिकवलं त्यात काशीचा दर्जा फार वरचा. बराच काळ तिनं माझं नाव सुद्धा काढलं नाही. वर्षं गेली. मी पुण्याला असताना तिचा एकदा धाडकन फोन आला. नाव-गाव काही

नाही. एकदम प्रश्न –

"ओळखा बरं आवाज."

"नाही बुवा ओळखत."

"काशी!"

मी क्षणभर स्तब्ध.

"माझं नाटक आहे आज भरत नाट्य मंदिरला साडेनऊ वाजता. याल तर आनंद होईल."

"येईन."

"नक्की हं?"

"हो, हो."

मी गेलो नाही. सव्वानऊ वाजेपर्यंत जाईन, जाईन असं म्हणत होतो. पण नाही गेलो.

पुढे काही वर्षांनी कामासाठी मुंबईला गेल्यावर अगदी अनपेक्षितच ध्यानीमनी नसताना व्हिन्सेंट रोडच्या कोपऱ्यावरच्या बससाठी उभी राहिलेली मी तिला पाहिली. सकाळी सात-सव्वासात वाजता. काळवंडलेली दिसली. विशेषत: दोन्ही हात मला फार काळे काळे वाटले. मी एकटाच टॅक्सीत होतो. विरुद्ध दिशेनं चाललो होतो. पण टॅक्सी थांबवून किंवा सोडून देऊन तिच्याशी चार शब्द बोलणं सहज शक्य होतं.

पण नाही थांबलो. मनात राग नव्हता, लोभही नव्हता. काही नव्हतं.

पृथ्वीवर जीवसृष्टी नव्हती तेव्हाचं वर्णन मी कुठंतरी वाचलं आहे. सर्वत्र ईश्वरी उदासीनता भरून राहिली होती.

आम्ही कष्टपूर्वक तयार केलेला चित्रपट कुठंही लागला नाही. पैशाच्या विलक्षण अडचणीत आलेल्या मालकांनी तो म्हणे कुणा धनंतर मारवाड्याकडे गहाण टाकला आणि आर्थिक संकटातून कंपनी तात्पुरती सावरली. हे अर्थात मला फार उशीरा कळलं.

मग मी धार्जिण्या नसलेल्या गोष्टींच्या यादीत सिनेमाचं नाव घातलं. आवराआवर केली. खोली सोडली. ट्रकमध्ये टाकून सामान पुण्याला आधी मित्राकडं टाकलं, मग गावाबाहेर, झाडांच्या संगतीत असलेलं, एक अडीच खोल्यांचं घर पाहिलं आणि बिऱ्हाड थाटलं. या घरात आणि घराच्या पायरीवरनं बदाबद पडता पडता वाढत जाईल अशी बाळाची वाट पाहत राहिलो.

■

दहा

मी हे सगळं कशासाठी सांगतो आहे? अनुभवाचे हे काही रंगीत, काही विटके, काही भारी, काही हलके असे तुकडे शब्दांचे टाके घालून मी का जोडतो आहे? ही वाकळ कशासाठी?

मला माहीत नाही. कलाक्षेत्रात काही करू पाहणाऱ्या होतकरू मुलाला या स्वतंत्र देशात कोणत्या संधी मिळतात, समाज आणि शासन त्याला काय मदत करतं, हे तर सगळ्यांना ठाऊकच आहे. मग हे भारूड कशासाठी?

मला माहीत नाही! पण आपण गोष्ट का सांगतो?

मला गोष्टी सांगणं आवडतं. माणसांच्या गोष्टी, त्यांच्या आनंदाच्या आणि सुखाच्या, दु:खाच्या आणि भोगाच्या, पस्ताव्याच्या आणि मूर्खपणाच्या गोष्टी, शहाणपणाच्या आणि भाबडेपणाच्या, लहानपणाच्या आणि मोठेपणाच्या गोष्टी सांगितल्या म्हणजे मला बरं वाटतं.

मी चित्रकथी आहे. हजार वर्षांमागे चित्रकथी होते. चित्र, गीत आणि वाद्य या तिन्हींच्या मेळातून, श्रोत्यांना रंगविणारी कथा सांगणारे चित्रकथी. अगदी माझ्या लहानपणापर्यंत मी हे लोक पाहिले आहेत. आत्ता मात्र काळाच्या लोंढ्यात ते वाहून गेलेत. पण पूर्णपणे नाहीसं काहीच होत नाही. सिनेमाला तुम्ही काय म्हणाल?

त्या काळी पुणं हे एक राहायला उत्तम शहर होतं. झोपडपट्ट्या नव्हत्या. मोठमोठे उद्योगधंदे नव्हते. नदीचं पाणी पाण्यासारखं होतं. रस्ते सहज ओलांडता

येत. हॉटेलात बरे पदार्थ मिळत. उन्हाळ्यात उकाडा असह्य होत नसे. पुण्याच्या आसपास बागा होत्या, शेतं होती. हनुमान टेकडीवर भेकरं दिसत. खिंडीत भुरगुंज्या दिसत. रस्त्याकाठचे वड पिकून तांबडे झाले की, त्यावर हरेल पाखरांची गर्दी होई. डोणज्याच्या डोहात मरळ मासे हवेचा घोट घेण्यासाठी पाण्यावर डोकं काढत.

मी एक नवी कोरी सायकल घेतली. बारगिरानं घोड्याची घ्यावी तशी मी तिची उत्तम निगा ठेवत होतो. उतारावर ती मला पाठीवर घेऊन धावे आणि चढावर मी तिला ढकलत नेत असे. प्रसंगविशेषी तिला मी खांद्यावरूनही नेई. मी स्वार, ती वाहन, ती स्वार, मी वाहन असे परस्पर सामंजस्य असे. सकाळी पाण्याची बाटली, ड्रॉईंग पेपर पेस्ट केलेला बोर्ड आणि रंगाची पेटी असं साहित्य बरोबर घेऊन मी कोणत्याही दिशेनं माझी सायकल दामटीत असे. गावाबाहेर पडून एखादा चांगला देखावा शोधत असे आणि निसर्गचित्र रंगवीत बसत असे. आभाळ आणि ढग, शेतं आणि झाडं, पाणी आणि डोंगर, हिरवळ आणि वाट, ऊन आणि सावली, प्रकाश आणि अंधार यांच्याशी जवळीक साधता-साधता माझा वेळ कसा सुरेख जाई.

मग माझ्या मनात येई, टांकसाळीत तयार केलेले धातूचे तुकडे आणि नोटा नावाचे कागदांचे कपटे गोळा करण्यासाठी आपण ढोरासारखं काय म्हणून आठ-बारा तास राबावं? आपलं आयुष्य कोणत्याही दिशेनं का म्हणून घरंगळत जाऊ द्यावं? तुटल्या पतंगासारखे अधांतरी गोते खाऊ नयेत, आणि तारांवर अडकून पडू नये.

नाना चिंतांची ओझी का म्हणून, चिनी कापडविक्याच्या गठ्ठ्यांसारखी वाहावीत?

हे जग सुधारण्यासाठी मी काही इथे आलेलो नाही, तर मिळालेलं आयुष्य समरसून जगावं, जीवनाचं हे अलगद ओटीत आलेलं फळ चोखून चोखून खावं, पाखरासारखं मोकळ्या गळ्यानं गावं. आपलं जीवन किती का क्षुद्र असेना, त्याला निंदू नये. कारण ते आपल्याइतकं वाईट खचितच नाही. ते मिळालं याबद्दल कृतज्ञ राहावं.

या माझ्या भटकंतीतच ज्यांच्या जगण्याचा हेवा करावा, असे दोन मित्र मला भेटले.

यातला एक पारधी होता. दुसरा वैदू होता.

वाल्मिक पारध्याचा चरितार्थाचा व्यवसाय खासच होता. तो दिवसभर रानात हिंडत असे आणि हिरवे रावे धरून हौशी लोकांना विकत असे. हुसेन वैदू रानोमाळ हिंडत असे आणि नाना तऱ्हेच्या औषधी वनस्पती गोळा करून आयुर्वेदिक औषधं तयार करणाऱ्या कारखान्याला विकत असे.

या दोघांनाही आपल्या धंद्यात कधी स्पर्धा आड आली नव्हती, कधी कच्च्या मालाची तूट पडली नव्हती. 'महत्त्वाकांक्षा' हा शब्द त्यांना माहीत नव्हता. मला ते

फारच स्वतंत्र आणि सुखी वाटत. चरितार्थाचं अवघड गणित त्यांनी फारच सोप्या पद्धतीनं सोडवलं होतं. दोन्ही हातांच्या बोटांपलीकडची संख्या त्यांना कधी मोजावी लागत नसावी.

यापैकी कुणाचीही गाठ पडली की मला आनंद होत असे. त्यांच्याबरोबर मी कधी चांद्यानाद्याला, कधी पाषाणला, कधी मुळशीला, तर कधी आंग्रेवाडीला जाऊन रानावनातून, नदीनाल्यातून, झाडाझडोऱ्यातून, डोंगरदऱ्यांतून, पठारा-माळावरून हिंडत असे. ते त्यांचा उद्योग करीत, मी माझा करीत असे. ते हिरवे रावे पकडीत. मी दृश्यं पकडी. ते औषधी वनस्पती गोळा करीत, मी अनुभव गोळा करी. त्यांना चरितार्थापुरतं मिळे, मला पांढऱ्यावर काळं करून तेवढंच मिळे.

संख्या मोजताना दोन्ही हातांच्या बोटात फार-फार तर मी पायांचीही बोटं धरत होतो, इतकंच!

या मित्रांबरोबर हिंडताना मी पाहत होतो. गवत माजत होतं, डोलत होतं, पिवळं पडत होतं आणि मरत होतं.

शेतं पिकत होती, डोलत होती, पक्व झाली की कापली जात होती. झाडं वाढत होती, सुकत होती, वठत होती, जळणाला जात होती.

फुलणं, बहरणं, सुकणं आणि नव्याला वाट करून देणं चालू होतं. जमीन धीर सोडीत नव्हती. या झाडाझडोऱ्याचा मीही एक भाग नव्हतो का? मग मी तरी खिन्न का व्हावं, धीर का सोडावा?

माझी दु:खं म्हणजे लहानसहान पस्तावे होते. एकूण पाहता, जीवन चविष्ट आणि आनंदाचंच होतं.

■

www.ingramcontent.com/pod-product-compliance
Lightning Source LLC
Chambersburg PA
CBHW071142250626
47159CB00006B/2267
* 9 7 8 8 1 8 4 9 8 3 7 0 8 *